ஜீவகாருண்ய ஒழுக்கம்

இராமலிங்க அடிகளார்

பொருளடக்கம்

முன்னுரை

வள்ளலாரின் ஜீவகாருண்ய ஒழுக்கம் என்னும் இந்நூல் கிடைத்-
தற்கு மிகவும் அரிது. இதில் ஜீவகாருண்யத்தை உலகோர்க்கு எடுத்து
சொன்ன வள்ளல் பெருமானார் அதை எவ்வாறு கடைப்பிடிப்பதென்-
பதையும் அதன் நெறியும் ஆழ் ஞானத்தையும் உரையாக விளக்கக்
கூறுகிறார். தென்றல் இதழ் இந்நூலை அனைத்து மக்களும் படிக்கும்
வண்ணம் இணையத்தில் நூலாக வெளியிட்டுள்ளது. வள்ளல் பெரு-
மானார் ஜீவகாருண்யமே மோட்ச வீட்டின் திறவுகோலென்றும் அதன்
பேறென்பதே உலகோர் தேகத்தை ஆலயமாக எண்ணி அவர்களின்
குறைகளை இயன்றவகையில் தீர்பதுவும் எல்லா உயிரும் இன்புற்று
வாழ்தலையே தனது சுகமாக கொள்ள வேண்டும் என்பதையும் இறை
வழிபாட்டிற்கு நிகராக வலியுறுத்துகிறார். அதன்வகையில் இந்நூ-
லினால் கிடைக்கும் தொகையானது மக்களின் பசிப்பிணி தீர்க்கும்
பொருட்டு இன்றளவும் இயங்கும் வள்ளல் பெருமானின் சத்திய தரும
சாலைக்கு அனுப்பி வைக்கப்படும்.

அருட்பெருஞ்ஜோதி
அருட்பெருஞ்ஜோதி
தனிப்பெருங்கருணை
அருட்பெருஞ்ஜோதி
என்றும் வள்ளலார் வழியில்,

தீசன்

1

முதற் பிரிவு

ஜீவகாருண்ய ஒழுக்கமே கடவுள் வழிபாடு உலகத்தில் மனிதப்பிறப்பைப் பெற்றுக்கொண்டவர்கள் இந்தப் பிறப்பினால் அடையத்தக்க ஆன்மலாபத்தைக் காலமுள்ள போதே அறிந்து அடையவேண்டும்.

அந்த ஆன்மலாபம் எதுவென்று அறியவேண்டில்:- எல்லா அண்டங்களையும், எல்லாப் புவனங்களையும், எல்லாப் பொருள்களையும், எல்லாச் சீவர்களையும், எல்லா ஒழுக்கங்களையும், எல்லாப் பயன்களையுந் தமது பூரண இயற்கை விளக்கமாகிய அருட்சத்தியால் தோன்றி விளங்க விளக்கஞ் செய்விக்கின்ற இயற்கை உண்மை வடிவினராகிய கடவுளின் பூரண இயற்கை இன்பத்தைப் பெற்று எக்காலத்தும், எவ்விடத்தும், எவ்விதத்தும், எவ்வளவும் தடைபடாமல் வாழ்கின்ற ஒப்பற்ற பெரியவாழ்வே இந்த மனிதப் பிறப்பினால் அடையத்தக்க ஆன்மலாபமென்று உண்மையாக அறியவேண்டும்.

இயற்கை இன்பத்தைப் பெற்றுத் தடைபடாமல் வாழ்கின்ற அந்தப் பெரிய- வாழ்வை எதனால் அடையக்கூடுமென்று அறியவேண்டில்:- கடவுளின் இயற்கை விளக்கமாகிய அருளைக் கொண்டே அடையக்கூடும் என்றறிய வேண்டும்.

கடவுளின் இயற்கைவிளக்கமாகிய அருளை எதனாற் பெறக்கூடுமென்று அறி- யயவேண்டில்:- சீவகாருண்ய ஒழுக்கத்தினால் கடவுள் அருளைப் பெறக்கூடுமல்லது வேறெந்த வழியாலும் சிறிதும் பெறக்கூடாது என்று உறுதியாக அறிதல் வேண்டும்.

கடவுள் அருளைச் சீவகாருணிய ஒழுக்கத்தினால் பெறக் கூடுமல்லது வேறெந்த வழியாலும் பெறக்கூடா தென்பது எப்படி என்னில்:- அருளென்பது கடவுள் தயவு, கடவுளியற்கை விளக்கம். சீவகாருணிய மென்பது சீவர்கள் தயவு, சீவர்கள் ஆன்ம இயற்கை விளக்கம். இதனால் தயவைக் கொண்டு தயவைப் பெறுதலும் விளக்கத்தைக் கொண்டு விளக்கத்தைப் பெறுதலுங் கூடும். வேறொன்- றினால் பெறக்கூடாமை அனுபவமாகலின், சீவகாருணியத்தைக் கொண்டு அரு-

ளைப் பெறுதல் கூடும்; வேறொன்றினாலும் பெறக்கூடாமை நிச்சயம். இதற்கு வேறு பிரமாணம் வேண்டாமென்றறிய வேண்டும்.

அருளைப் பெறுவதற்குச் சீவகாருணியமே வழியாதலால், ஞான வழி என்பதும் சன்மார்க்கம் என்பதும் சீவகாருணிய ஒழுக்கம் என்றும், அஞ்ஞான வழி என்பதும் துன்மார்க்கம் என்பதும் சீவ காருணிய ஒழுக்கமில்லாமை என்றும் அறியப்படும். சீவகாருணியம் விளங்கும்போது அறிவும் அன்பும் உடனாக நின்று விளங்கும்; அதனால் உபகாரசத்தி விளங்கும்; அந்த உபகாரசத்தியால் எல்லா நன்மைகளுந் தோன்றும். சீவகாருணியம் மறையும்போது அறிவும் அன்பும் உடனாக மறையும்; அதனால் உபகாரசத்தி மறையும்; உபகாரசத்தி மறையவே எல்லாத் தீமைகளுந் தோன்றும். ஆகலின் புண்ணிய மென்பது சீவகாருணியமொன்றே என்றும், பாவ-மென்பது சீவகாருணிய மில்லாமையொன்றே என்றும் அறியப்படும்.

சீவகாருணிய ஒழுக்கத்தினால் வரும் விளக்கமே கடவுள் விளக்கமென்றும், சீவகாருணிய ஒழுக்கத்தினால் வரும் இன்பமே கடவுள் இன்பமென்றும், இவ்வி-ளக்கத்தையும் இன்பத்தையும் பலகால்கண்டு அனுபவித்துப் பூர்த்தியடைந்த சாத்தி-யர்களே சீவன் முத்தரென்றும், அவர்களே கடவுளை அறிவால் அறிந்து கடவுள்-மயம் ஆவார்கள் என்றும் சத்தியமாக அறிய வேண்டும்.

ஆனால், சீவகாருணிய ஒழுக்கமென்பது என்னெனில்:- சீவர்களுக்குச் சீவர்-கள் விஷயமாக உண்டாகின்ற ஆன்ம உருக்கத்தைக் கொண்டு தெய்வவழிபாடு செய்து வாழ்தலென்று அறிய வேண்டும்.

சீவர்கள் விஷயமாக ஆன்ம உருக்கம் எப்போது உண்டாகுமெனில்:- சீவர்கள் பசி, தாகம், பிணி, இச்சை, எளிமை, பயம், கொலை இவைகளால் துக்கத்தை அனுபவிக்கக் கண்டபோதாயினும் கேட்ட போதாயினும் இவ்வாறு உண்டாகு-மென்று அறிந்த போதாயினும் ஆன்ம உருக்கம் உண்டாகுமென்று அறிய வேண்-டும்.

சீவகாருணியம் உண்டாவதற்கு உரிமை எது என்னில்:- சீவர்களெல்லாம் ஒரு தன்மையாகிய இயற்கையுண்மை ஏகதேசங்களாய்ச் சர்வசக்தியுடைய கடவுளால் சிருஷ்டிக்கப்பட்டபடியால், ஒருரிமையுள்ள சகோதரர்களேயாவர் சகோதரர்களுள் ஒருவர் ஒரு ஆபத்தால் துக்கப்படுகின்றபோதும், துக்கப்படுவாரென்று அறிந்தபோ-தும் அவரைத் தமது சகோதரரென்று கண்ட மற்றொரு சகோதரருக்கு உருக்-கமுண்டாவது சகோதர உரிமையாகலின், ஒரு சீவன் துக்கத்தை அனுபவிக்கக் கண்டபோதும், துக்கப்படுமென் றறிந்த போதும் மற்றொரு சீவனுக்கு உருக்கமுண்-டாவது பழைய ஆன்ம உரிமை யென்று அறிய வேண்டும்.

சீவர்கள் துக்கப் படுகின்றதைக் கண்டபோதும், சிலர் சீவகாருணியமில்லாமல் கடினசித்தர்களாயிருக்கின்றார்கள்; இவர்களுக்குச் சகோதர உரிமை இல்லாமற்போ-வது ஏனெனில்:- துக்கப்படுகின்றவரைத் தமது சகோதரரென்றும் துக்கப்படுகின்றா-

ரெ்றும் துக்கப்படுவாரென்றும் அறியத்தக்க ஆன்ம அறிவு என்கிற கண்ணானது அஞ்ஞானகாசத்தால் மிகவும் ஒளி மழுங்கினபடியாலும், அவைகளுக்கு உபகா-ரமாகக் கொண்ட மனம் முதலான உபநயனங்களாகிய கண்ணாடிகளும் பிரகாச பிரதிபலிதமில்லாமல் தடிப்புள்ளவைகளாக இருந்த படியாலும் கண்டறியக் கூடா-மையாயிற்று. அதனால், சகோதர உரிமையிருந்தும் சீவகாருணியம் உண்டாகம லிருந்ததென் றறிய வேண்டும். இதனால் சீவகாருணியமுள்ளவர் ஆன்ம திருஷ்டி விளக்கமுள்ளவரென்றறியப்படும்.

சீவர்களுக்குப் பசி தாகம் பயம் முதலியவற்றால் வருந் துன்பங்களெல்லாம் மனம் கண் முதலிய கரணேந்திரிய அனுபவங்களல்லது, ஆன்ம அனுபவங்களல்ல; அதனாற் சீவகாருணியங் கொள்வதில் விசேஷ பிரயோசனம் இல்லையே என்-னில்:- இந்தத் தூலதேகத்தில் சீவனாக இருக்கிற ஆன்மாவும் அறிவுக்கறிவாயி-ருக்கிற கடவுள் இயற்கை விளக்கமுந் தவிர, கரணம் இந்திரியம் முதலிய மற்ற-வைகளெல்லாம் கருவிகளாகிய தத்துவசடங்களே யல்லது சித்துக்களல்ல. ஆகலில் சுகதுக்கங்களைச் சடங்கள் அனுபவிக்க அறியா. செம்மண் சந்தோஷ'த்தது துக்-கித்தது என்று சொல்லப்படாது. அதுபோல், மனஞ் சந்தோஷ'த்தது துக்கித்தது என்று சொல்லப்படாது. செம்மண்ணினால் தேகவாழ்க்கைக்கு வீடுகட்டிக்கொள்வது போல, மன முதலான கரணேந்திரியங்களால் சீவவாழ்க்கைக்குக் கடவுளால் கட்டிக் கொடுக்கப்பட்ட தேகம் ஒரு சிறிய வீடாகும். இன்பதுன்பங்களை வீட்டிலிருக்கின்-றவன் அனுபவிப்பானல்லது, வீடு அனுபவிக்கமாட்டாது. அன்றியும் காசத்தினால் ஒளி மழுங்கப்பட்டு உபநயனங்களாகிய கண்ணாடிகளால் பார்க்கின்ற கண்கள் துன்ப விஷயத்தைக் கண்டபோது, அக்கண்கள் நீர்சொரியுமே யல்லது, கண்ணாடி நீர் சொரிய மாட்டாது. ஆகலில் ஆன்ம திருஷ்டிக்கு உபநயனங்களாக இருக்-கின்ற மனம் முதலான கருவிகள் சுகதுக்கங்களை அனுபவிக்க மாட்டா; ஆன்-மாவே அனுபவிக்குமென்று அறியவேண்டும்.

ஒரு சீவனுக்குச் சுகம் நேரிட்டபோது மனம் மகிழ்கின்றது; துக்கம் நேரிட்ட-போது மனம் தளர்கின்றது; ஆகலில், சுகதுக்கங்களை அம்மனம் அனுபவிப்பதாக அறியப்படாதோ என்னில்:- அறியப் படாது. பளிங்கினாற் செய்த வீட்டினுள் இருக்கின்ற வீட்டுத் தலைவனுடைய தேகவிளக்கமும் தேகச் சோர்வும் அந்தப் பளிங்கு வீட்டில் பிரதிபலித்துப் புறத்தில் தோன்றுவது போலும், கண்களின் மலர்ச்சியும் சோர்வும் அக்கண்களிலிட்ட உபநயனங்களில் பிரதிபலித்துப் புறத்தில் தோன்றுவது போலும், சுகதுக்கங்களால் ஆன்மாவுக்கு உண்டாகிற மகிழ்ச்சியும் தளர்வும் மனம் முதலான கரணேந்திரியங்களில் பிரதிபலித்துப் புறத்தில் தோன்-றுகின்றன. ஆகலில் சுகதுக்கங்கள் ஆன்மாவுக்கே அனுபவமென்றும், சுகதுக்கங்-களை அறிந்தனுபவிப்பதற்குக் கரணேந்திரியங்கள் ஆன்மாவுக்கு உபகாரக் கருவி-களாகுமென்று அறிய வேண்டியது.

கடவுளால் சிருஷ்டிக்கப்பட்ட சீவர்களில் அனேகர் பசி, தாகம், பயம் முதலி-
யவற்றால் மிகவும் துன்பப்படுகின்றது என்னெனில்:- முன் தேகத்தில் சீவகாருணிய
ஒழுக்கத்தை விரும்பாமல் கடின சித்தர்களாகித் துன்மார்க்கத்தில் நடந்த சீவர்க-
ளாதலால், கடவுள் விதித்த அருளாக்கினைப் படி பசி, தாகம், பயம் முதலியவற்-
றால் மிகவுந் துன்பப் படுகிறார்கள் என்றறிய வேண்டும்.

முன்தேகம் உண்டென்பது எப்படி யென்னில்:- ஒரு வீட்டில் குடிக்கூலி
கொடுத்துக் குடித்தனஞ் செய்யவந்த சமுசாரி அதற்குமுன் வேறொரு வீட்டில்
குடிக்கூலி கொடுத்துக் குடித்தனஞ் செய்திருந்தானல்லது வீடில்லாமல் குடித்தனஞ்
செய்யமாட்டா னென்றும், இப்போது வந்த வீட்டிலும் கலகம் நேரிட்டால் பின்னும்
வேறொரு வீட்டில் குடிபோவான் என்றும் அறிவது போல்; இந்த தேகத்தில் ஆகா-
ரக் கூலி கொடுத்துக் குடியிருக்க வந்த சிவன் இதற்கு முன்னும் வேறொரு
தேகத்தில் அந்தக் கூலியைக் கொடுத்துச் சீவித்திருந்தானல்லது தேகமில்லால்
சீவித்திருக்க மாட்டானென்றும் துணிய வேண்டும். ஆதலால், முன்னும் பின்னும்
சீவர்களுக்குத் தேகங்கள் நேரிடும் என்றறியவேண்டும்.

சீவர்கள் முன்தேகத்தில் செய்த பாவகர்மங்கள் இந்தத் தேகத்திலும் வருமென்-
பது எப்படியென்னில்:- ஒரு சமுசாரி முன் குடித்தனஞ் செய்திருந்த வீட்டில் தன்
தலைவன் கட்டளைப்படி நடவாமல் துன்மார்க்கர்களை வருவித்து அவர்களோடு
கூடிப் பழகியிருந்தானானால், அந்தச் சமுசாரி அந்த வீட்டைவிட்டு வேறொரு
வீட்டில் குடிவந்த காலத்திலும் அந்தத் துன்மார்க்கர்கள் இந்த வீட்டிலும் வந்து
அவனுடன் பழக்கஞ் செய்வார்கள். அதுபோல், ஒரு சீவன் முன் குடியிருந்த
தேகத்தில் கடவுள் கட்டளைப்படி நடவாமல் துன்மார்க்கத்தாற் பாவகர்மங்களை
விரும்பிச் செய்திருந்தானானால், அந்தச் சீவன் வேறொரு தேகத்தில் வந்தபோதும்
அந்தப் பாவகர்மங்கள் இப்போது வந்த தேகத்திலும் வந்து அந்தச் சீவனைச் சேரு-
மென் றறிய வேண்டும்.

முன் பிறப்பில் சீவகாருணிய ஒழுக்கத்தை விட்டுத் துன்மார்க்கத்தில் நடந்த
சீவர்களை இந்தப் பிறப்பில் பசி தாகம் பயம் முதலிய வற்றால் துக்கப்படச் செய்-
வது கடவுள் அருளாக்கினை நியதியென்றால், அந்தச் சீவர்கள் விஷயத்தில்
காருணியம் வைத்து ஆகாரம் முதலியவை கொடுத்து அவர்கள் துக்கத்தை மாற்-
றுவது கடவுள் அருளாக்கினைக்கு விரோதமாகாதோ என்னில்:- ஆகாது. அரசன்
தன் கட்டளைக்கு முழுதும் விரோதித்து, கால்களுக்கு விலங்கிடப் பட்டுச் சிறைச்-
சாலையில் இருக்கின்ற பெரிய குற்றவாளிகளுக்கும் தன் சேவகர்களைக் கொண்டு
ஆகாரங்கொடுப்பிக்கின்றான். அதுபோல், கடவுள் தம் கட்டளைக்கு முழுதும்
விரோதித்துப் பலவகையால் பந்தஞ் செய்யப்பட்டு நரகத்திலிருக்கின்ற பாவிக-
ளுஞ்சும் தம் பரிவார தேவர்களைக் கொண்டு ஆகாரங் கொடுப்பிக் கின்றார்.
அரசன் தன் கட்டளைப் படி நடவாமல் வேறுபட்ட சாதாரண குற்றமுடைய-

வர்களைத் தன்னாலவர்கள் பெறத்தக்க லாபத்தைப் பெறவொட் டாமல் உத்தி-யோகத்தினின்றும் நீக்கி அவர்களுக்கு நல்லறிவு வருவிக்கின்ற நிமித்தம் அவ்-விடத்தைவிட்டு வேறிடங்களில் வெளிப்படுத்துகின்றான். அவர்கள் உத்தியோக மிழந்தபடியால், சுகபோஜன முதலிய போகங்களை இழந்து ஊர்ப்புறங்களிற் போய் ஆகாரம் முதலியவை குறித்து அலைந்து வருந்துகின்ற போது, தயவுள்ளவர்-கள் கண்டு ஆகார முதலியவை கொடுக்கின்றார்கள். அதை அரசன் கேட்ட காலத்திலும் கண்ட காலத்திலும் கொடுத்தவர்களை இரக்கமுள்ள நல்ல சமு-சாரிகளென்று சந்தோஷித்து உபசரிக்கின்றானே யல்லது கோபிக்கின்றானில்லை. அதுபோல், கடவுள் தம் கட்டளைப்படி நடவாத சாதாரண குற்றமுடைய சீவர்க-ளைத் தமது சத்தியால் அவர்கள் பெறத்தக்க சுகங்களைப் பெறவொட்டாமல் தாம் கொடுத்த சௌக்கிய புவனபோகங்களை விடுவித்து, அந்தச் சீவர்களுக்கு நல்லறிவு வருவிக்கும் நிமித்தம் அந்தத் தேகத்தினின்றும் நீக்கி வேறொரு தேகத்தில் விடு-கின்றார். அந்தச் சீவர்கள் சௌக்கிய புவன போகங்களை இழந்தபடியால், சௌக்-கிய போஜன முதலியவற்றை இழந்து வேறு வேறிடங்களில் ஆகார முதலியவை இல்லாமல் வருந்தும்போது, தயவுள்ளவர்கள் அந்த வருத்தத்தைக் கண்டு ஆகார முதலியவை கொடுத்தால் அப்படிக் கொடுத்தவர்களை நல்ல இரக்கமுள்ளவர்கள் மேன்மேலுஞ் சுகத்தையடையக் கடவார்களென்று சந்தோஷித்து உபசரிப்பாரல்லது கோபிக்கமாட்டார். ஆதலால், கடவுள் அருளாக்கினைக்குச் சீவர்களிடத்துச் சீவர்-கள் காருணியம் வைப்பதே சம்மதவென்று உண்மையாக அறியவேண்டும்.

இந்தச் சீவகாருணியத்தால் இகலோக ஒழுக்கம் வழங்குகின்றது. சீவகாருணிய மில்லையாகில், இகலோக ஒழுக்க மெவ்வளவும் வழங்கமாட்டாதென்று அறி-யவேண்டும். எப்படியென்னில்:- சீவகாருணிய மல்லாதபோது அறிவும் அன்புந் தோன்றா; அவை தோன்றாதபோது கண்ணோட்டமும் ஒருமையும் உபகாரமும் விளங்கா; அவை விளங்காதபோது வலியசீவர்களால் எளிய சீவர்களொழுக்கம் பொறாமை முதலானவைகளால் தடைப்பட்டழிந்து போம். பின்பு வலியசீவர்கள் ஒழுக்கங்களும் தாமச ஒழுக்கங்களாகி ஒருவ ரொழுக்கத்தால் மற்றொருவரொழுக்-கம் மதத்தினால் சோர்ந்தவிடத்தில் மாறுபட்டழிந்து போம். சீவகாருணிய ஒழுக்கஞ் சிறிது மில்லாத புலி சிங்கம் முதலிய மிருகங்கள் வழங்குகின்ற காட்டில் இகலோக ஒழுக்கம் வழங்கவேயில்லை அது போல் சீவகாருணிய மில்லாத மனிதர்கள் வழங்-குமிடத்திலும் இகலோக ஒழுக்கம் வழங்கவே மாட்டாதென் றறியவேண்டும்.

பரலோக ஒழுக்கமுஞ் சீவகாருணியத்தால் வழங்குகின்றது. அது இல்லையா-யின் பரலோக ஒழுக்கமும் வழங்கமாட்டாது. எப்படியென்னில்;- சீவகாருணியமில்-லாத போது அருள்விளக்கந் தோன்றாது. அது தோன்றாதபோது கடவுள் நிலை கைகூடாது. அது கூடாதபோது முத்தியின்பம் ஒருவரும் அடையமாட்டார்கள். அடையாத பட்சத்தில் பரலோக ஒழுக்கம் வழங்கவே மாட்டாதென் றறியவேண்டும்.

சீவகாருணிய ஒழுக்கம் மிகவும் வழங்காமையால் துன்மார்க்கப் பிறவியே பெருகி, எங்கும் புல்லொழுக்கங்களே வழங்குகின்றன. எப்படியென்னில்:- சீவகாரு-ணிய மில்லாத கடின சித்தர்க ளெல்லாம் அவரவர் கடின செய்கைக்குத் தக்கபடி, சிலர் நரகவாசிகளாகவும், சிலர் சமுத்திரவாசிகளாகவும், சிலர் ஆரணியவாசிக-ளாகவும், சிலர் புலி, கரடி, சிங்கம், யாளி, யானை, கடமை, கடா, பன்றி, நாய், பூனை, முதலிய துஷ்ட மிருகங்களாகவும், சிலர் பாம்பு, தேள் முதலிய விஷ-செந்துக்களாகவும், சிலர் முதலை சுரா முதலிய கடின செந்துக்களாகவும் சிலர் காக்கை கழுகு முதலிய பக்ஷி சண்டாளங்களாகவும், சிலர் எட்டி கள்ளி முதலிய அசுத்த தாவரங்களாகவும் பிறந்திருக்கின்றார்கள். ஆதலால், புல்லொழுக்கங்களே மிகவும் வழங்குகின்றன என்றறிய வேண்டும்.

சீவகாருணியம். கடவுளருளைப் பெறுவதற்கு முக்கிய சாதனமென்பது மல்லா-மல் அந்த அருளின் ஏகதேச விளக்க மென்றும் அறிய வேண்டும். சீவகாரு-ணியம் ஆன்மாக்களின் இயற்கைவிளக்கம் ஆதலால், அந்த இயற்கைவிளக்க-மில்லாத சீவர்களுக்குக் கடவுள் விளக்கம் அகத்திலும் புறத்திலும் வெளிப்படவே மாட்டாது.

சீவகாருணியத்திற்கு முக்கியமான லக்ஷியம் எதுவென்னில்:- ஆன்மாக்களெல்-லாம் இயற்கைஉண்மை ஏகதேசங்களாகவும், இயற்கை விளக்கமாகிய அருள் அறிவுக்கறிவாய் விளங்குதற்கு ஒற்றுமை உரிமை இடங்களாயும் இருக்கின்றன என்றும், அந்த ஆன்மாக்கள் சீவர்களாகி அதிகரிப்பதற்குப் பூதகாரிய தேகங்களே உரிமையாக இருக்கின்றன என்றும், அந்தத் தேகங்களில் ஆன்மாக்கள் சீவர்க-ளாகி அதிகரியாவிடில் ஆன்ம விளக்கம் மறைபடுமென்றும், அதனால் அருள்வி-ளக்கம் வெளிப்படாதென்றும், அப்போது மூடமுண்டாகுமென்றும், அதுவே ஆன்-மாக்களுக்குப் பந்தமாகுமென்றும், அது பற்றி அவசியம் பூதகாரிய தேகம் வேண்-டுமென்றும், பூதகாரிய தேகங்களுக்கு மாயை முதற்காரணமாதலால் அந்த மாயை-யின் விகற்ப ஜாலங்களாகிய பசி, தாகம், பிணி, இச்சை, எளிமை, பயம், கொலை என்பவைகளால் அந்தத் தேகங்களுக்கு அடிக்கடி அபாயங்கள் நேரிடுமென்றும், அப்படி அபாயங்கள் நேரிடாமல் கரணேந்திரிய சகாயங்களைப் பெற்ற தம் மறி-வைக் கொண்டு சர்வ ஜாக்கிரதையோடு முயற்சிசெய்து தடுத்துக் கொள்வதற்குத் தக்க வல்லப சுதந்திரம் சீவர்களுக்கு அருளாற் கொடுக்கப்பட்ட தென்றும், அந்தச் சுதந்திரத்தைக் கொண்டு சீவர்களெல்லாம் தேகங்களிலிருந்து அபாயங்களை நீக்கி ஆன்மலாபத்தைப் பெறுதற்கு முயற்சி செய்யக் கடவரென்றும், ஊழ் வகையாலும் அஜாக்கிரதையாலும் பசி, தாகம், பிணி, இச்சை, எளிமை, பயம், கொலை என்-பவைகளால் வரும் அபாயங்களை நிவர்த்தி செய்து கொள்ளமாட்டாமல் வருந்-துகின்ற சீவர்கள் விஷயத்தில் அவைகளை நிவர்த்தி செய்விக்க வேண்டுமென்-றும், அப்படி நிவர்த்தி செய்விப்பதில் பசியினால் வருந் துன்பமுங் கொலையினால்

வருந் துன்பமுந் தவிர மற்றவைகளால் வருந் துன்பங்களை மாற்றுவது அபரசீ-வகாருணிய மாதலால் இவ்வுலக இன்பத்தை மாத்திரம் சிறிதுண்டுபண்ணுமென்-றும், பசியினால் வருந்துன்பத்தையும் கொலையினால் வருந்துன்பத்தையும் நிவர்த்தி செய்விப்பது பரசீவகாருணிய மாதலால் இவ்வுலக இன்பங்களையும் அளவிறந்த சித்தியின்பங்களையும் எக்காலத்து மழியாத முத்தியின்பத்தையும் அருளாலடையப்-படுமென்றும், ஊழ்வகையாலும் அஜாக்கிரதையாலும் அன்னிய சீவர்களுக்கு நேரி-டுகிற அபாயங்களை நிவர்த்தி செய்விப்பதற்குத் தக்க சுதந்தரமும் அறிவு மிருந்தும் அவ்வாறு செய்யாமல் வஞ்சித்தவர்களுக்கு இவ்வுலக இன்பத்தோடு மோக்ஷ இன்-பத்தை யனுபவிக்கின்ற சுதந்தரம் அருளாலடையப் படுவதில்லை யென்றும் தற்கா-லத்தில் அனுபவிக்கின்ற புவன போக சுதந்தரங்களையும் இழந்து விடுவெரென்றும் கடவுள் வேதத்தில் விதித்திருக்கின்றபடியால்; ஊழ்வகையாலும் அஜாக்கிரதை-யாலும் பசி கொலையென்பவைகளால் வரும் அபாயங்களை நிவர்த்தி செய்து-கொள்ளத் தக்க அறிவும் சுதந்தரமுமில்லாத சீவர்கள் விஷயத்தில் அவைகளை நிவர்த்தி செய்விக்கத்தக்க அறிவும் சுதந்திரமுள்ள சீவர்கள் வஞ்சியாமல் தயவி-னால் நிவர்த்தி செய்விப்பதே சீவகாருணியத்திற்கு முக்கியமான லட்சியமென்றும், அதில் சத்தியமாக நம்பிக்கை வைத்துப் பசித்த சீவர்களுக்கு ஆகாரத்தால் பசி நீக்கியும், கொலைப்படும் சீவர்களுக்குச் செய்வகையால் கொலை நீக்கியும், திருப்தி இன்பத்தை உண்டுபண்ணுவதே மேலான பிரயோசன மென்றும் அறியவேண்டும்.

பசி, கொலை, பிணி, தாகம், எளிமை, பயம், இச்சை என்பவைகளால் வரும் அபாயங்களை நிவர்த்தி செய்விப்பது விதியாகவிருக்கவும், இவ்விடத்துப் பசியி-னால் கொலையினாலும் வரும் அபாயங்களை மாத்திரம் நிவர்த்தி செய்விப்பது விசேஷமென்று குறித்தது என்னென்றறிய வேண்டில்:- சீவகாருணிய ஒழுக்கத்தில் அபரசீவகாருணிய மென்றும் பரசீவகாருணியமென்றும் இருவகையாம். அவற்றில் பசிநீக்கலும் கொலைநீக்கலும் பரசீவகாருணிய மாதலால் விசேஷமாகக் குறிக்-கப்பட்டதென்றறிய வேண்டும். அன்றியும் பசியினால் வருந்துகின்ற சீவர்களுக்-குப் பசியை நிவர்த்தி செய்விக்கின்ற தயவுடையவர்கள் தாகம் நீங்குதற்குத் தண்ணீர் கொடாமலிரார்கள். தண்ணீர் கொடுப்பது பிரயாசமுமல்ல. தண்ணீர் ஏரி குளம் கால்வாய் முதலான இடத்து மிருக்கின்றது. தாகத்தால், மாற்றிக் கொள்ளத்தக்க ஏகதேச அபாயம் நேரிடுமேயல்லது, அதனால் தேகத்திற்கு ஆனி நேரிடாது; பசியினால் மாற்றிக் கொள்ளக்கூடாத கெடுதி தேகத்திற்கு நேரிடும். பசியினால் வருந் துன்-பத்தை நிவர்த்தி செய்விக்கத் தக்க தயவுடையவருக்குப் பிணியினால் வருந்துன்-பத்தை நிவர்த்தி செய்விப்பதற்கு தயவுண்டாகாம லிராது. பசி மிகுதியினாலேயே பிணிகள் விருத்தியாகின்றன. ஆகாரப் பக்குவங்களாலேயே அப்பிணிகள் நீங்கு-கின்றன. பிணிகளுக்கு வேறு மருந்து கொடுப்பினும், பத்திய ஆகாரமே தேகம் நிற்பதற்கு அவசியமான ஆதாரமாயிருக்கின்றது. பிணியோடு தேகத்தை நெடுநாள்

வைத்திருக்கக் கூடும். ஒரு நாளாகிலும் ஆகாரமில்லாமல் தேகத்தை வைத்திருக்-
கக் கூடாது. பசித்தவர்களுக்கு ஆகாரத்தால் பசி நீக்குவிக்கின்ற தயவுடையவர்-
களுக்கு, இச்சையால் வருந் துன்பங்களை நீக்குவிப்பதற்குத் தயவு வராமலிராது.
சீவர்களுக்கு உள்ளபடி பசி நேரிடுமாகில் ஆகாரத்திலல்லது மற்றொன்றிலும் இச்-
சையே இராது. ஆகாரங் கிடைக்கில் உண்டு பசி தீர்ந்தவர் தம் இச்சையைச்
சிறிய முயற்சிகளால் முடித்துக் கொள்ளவுங்கூடும்; அல்லது சமாதானஞ் செய்து
கொள்ளவுங்கூடும்; இச்சையோடு பல நாள் தேகத்தை வைத்திருக்கலாம்; பசி-
யோடு ஒரு நாளும் வைத்திருக்க முடியாது. பசித்த சீவர்களுக்கு ஆகாரத்தால்
பசியை நிவர்த்தி செய்விக்கின்ற தயவுள்ளவர்களுக்குச் சுதந்தர மற்ற சீவர்களது
எளிமையை நீக்கத் தயவுவராமலிராது. பசியினால் வருந்துகின்ற எளிமைக்கு மேற்-
பட்ட எளிமையே இல்லை. எளிமையைச் சில நாள் சென்று மாற்றிக் கொள்ளக்
கூடும்; பசியை அவ்வாறு மாற்றிக்கொள்ளக் கூடாது. எளிமையோடு தேகத்தை
வைத்திருக்கக் கூடும்; பசியோடு வைத்திருக்க முடியாது. பசியை நிவர்த்தி செய்-
விக்கின்ற தயவுடையவருக்குப் பயத்தை நிவர்த்தி செய்விப்பதில் தயவு வராமலி-
ராது. பசியினால் வரும் பயத்திற்கும் கொலையினால் வரும் பயத்திற்கும் மேற்பட்ட
பயமேயில்லை. பயத்தை உபாயத்தால் நீக்கிக் கொள்ளக்கூடும்; பசியை உபாயத்-
தால் நீக்கிக்கொள்ளக் கூடாது. பயத்தோடு தேகத்தை வைத்திருக்கலாம்; பசியோடு
வைத்திருக்கப்படாது. பசியினால் வரும் அவத்தைகளுந் துன்பங்களும் கொலையி-
னால் வரும் அவத்தைகளுந் துன்பங்களும் தம்முள் ஒத்திருக்கின்றன ஆகலால்,
பசியினால் வருந் துன்பத்தையும் கொலையினால் வருந்துன்பத்தையும் நிவர்த்தி
செய்விப்பதே சீவகாருணியத்திற்கு முக்கிய வட்சிய மென்றறிய வேண்டும்.

பசியினால் வருந் துன்பத்தை நீக்குதலும் கொலையினால் வருந்துன்பத்தை
நீக்குதலும் சீவகாருண்யத்திற்கு முக்கிய லக்ஷியமாக இருக்கவும், இவ்விடத்தில்
பசிநீக்குதலை மாத்திரம் அடிக்கடி வலியுறுத்துவது என்னெனில்:- ஒரு சீவன் பசி-
யினால் கொல்லப்படு மென்பதை யறிந்து காருணியத்தால் பசியை நீக்கி உயிர்,
பிழைக்கும்படி செய்பவர் வேறுவகையால் உயிர்க்கொலை நேரிட்டால் அதற்கி-
ரங்கி அந்தக் கொலையால் வருந் துன்பத்தை நிவர்த்தி செய்யாமலிரார்கள்.
கொலையால் வருந்துன்பத்தை நிவர்த்தி செய்யாதவர்கள் பசியால் வருந்துன்பத்-
தையும் நிவர்த்தி செய்விக்கத்தக்க தயவுடையவர்க ளாகார்கள். பசியால் வருங்
கொலையை ஆகாரத்தாலன்றி வேறு வகையால் நிவர்த்தி செய்விக்கப்படாது;
பகை முதலியவற்றால் வருங்கொலையை அநேக உபாயத்தால் நிவர்த்தி செய்-
விக்கக் கூடுமாதலால், கொலையால் வருந்துன்பத்தைப் பசியால் வருந்துன்பத்தில-
மைத்து அடிக்கடி வலியுறுத்துகின்றதென்றறிய வேண்டும்.

அன்றியும், தாகத்தால் வருந்துகின்றவரும், பிணியால் வருந்துகின்றவரும், இச்-
சையால் வருந்துகின்றவரும், எளிமையால் வருந்துகின்றவரும், பயத்தால் வருந்-

துகின்றவரும் பசிவருத்த முண்டாகும்போது அவ்வவ் வருத்தங்களை யெல்லாம் மறந்து பசிவருத்தம் மேற்பட்டு, ஆகாரந்தேட முயற்சி செய்கின்றார்கள். அன்றி, அரசன் ஆக்கினையால் கொலைக்குற்றம் பற்றிக் கொலை செய்ய விதிக்கப்பட்ட குற்றவாளியும் பசிவந்தபோது தன் பயத்தையும் துன்பத்தையும் மறந்து அந்தப் பசியை மாற்றிக் கொள்ள முயலுகிறான். வைத்தியரால் தாம் இறந்துவிடுவது நிச்-சயமென்று தெரிந்துகொண்ட வியாதியாளரும் மூப்பாளரும் பசிவந்தபோது தமது துன்பத்தை மறந்து பசிநீக்க முயலுகின்றார்கள். பசிக்குத் தயவினால் ஆகாரங் கொடுக்கத் துணிந்தவன் வேறு வகையால் சீவர்கள் இம்சைப் பட்டழிவதற்குச் சம்-மதிக்கவே மாட்டான்; ஆகலினும் பசியால் வருந்துன்பத்தை நிவர்த்தி செய்விக்கிற தருமத்தை அடிக்கடி வலியுறுத்துவதென் றறியவேண்டும்.

பசியினால் வருங் கெடுதி எல்லாச் சீவர்களுக்குந் தேகநாசஞ் செய்வது உண்-மையானால், எல்லாச் சீவர்கள் பசியையு மறிந்து நிவர்த்தி செய்விக்க வேண்டும்; அப்படி நிவர்த்தி செய்விக்கத் தொடங்கில் கடவுளால் சிருஷ்டிக்கப்பட்ட தேவர் மனிதர் நரகர் மிருகம் பறவை ஊர்வன தாவரம் என்கிற இவ்வெழுவகைப் பட்ட அளவிறந்த பேதங்களுடைய சீவர்களது பசியை யறிந்து நீக்குவது அசாத்தியமா-குமே யென்னில்:- தேவர்கள் மனித சுதந்திரத்தினும் மேற்பட்ட சுதந்தரமுடைய-வர்களாய்த் தங்களுக்கு நேரிட்ட பசியைத் தங்கள் முயற்சியினாலேயே மாற்றிக் கொள்ளத் தக்க வல்லபமுடையவர்க ளாதலால் அவர்கள் பசியைக் குறித்து மற்-றவர்கள் யோசிப்பது அவசியமல்ல வென்றும் தேவர்க

ளுக்கும் பசி நேர்ந்தால் துன்பமுண்டாகுமே யென்று இரங்குவது மாத்திரம் அவசியமென்றும்; நரகர் நாம் பசியாற்றுவிக்கத் தக்க இடங்களில் இல்லாமல் வேறிடங்களி லிருக்கின்ற படியாலும், நரகர் பசிக்குத் தண்டனைப் பரிவாரங்களால் பசியாற்றுவித்தலாலும், நரகர் பசியைக் குறித்து யோசிப்பது அவசியமல்லவென்றும், நரகரும் பசி நேரிடில் வருந்துவார்களேயென்று இரங்குவது மாத்திரம் அவசிவ-மென்றும்; ஊழ்வகையினால் சிறிதுஞ் சுதந்தர மில்லாத மரம் புல் முதலிய தாவ-ரங்களில் மனிதர் தங்கள் வாழ்க்கைக்குச் சகாயமாகத் தங்கள் முயற்சியால் விளை-விக்கின்ற தாவர வர்க்கங்களுக்குப் பசி குறித்து நீர் விடுவது அவசிய மென்றும், மற்றைத் தாவரவர்க்கங்களெல்லாம் அருள் நியதியின்படி ஆகாரங் கொடுப்பிக்க உயிர்த்திருக்கின்றனவாதலால் அவைகளுக்கெல்லாம் பசியறிந்து ஆகாரங் கொடுப்-பது நமது சுதந்தரமல்ல கடவுள் சுதந்தரமென்றும், அவை குறித்து யோசிப்-பது அவசியமல்ல வென்றும், ஆகாரமில்லாவிடில் வருந்துமே யென்று இரங்கு-தல் மாத்திரம் அவசியமென்றும்; நிலத்திலும் நீரிலும் ஊருகின்ற உயிர்களுக்கும் பறவைகளுக்கும் மிருகங்களுக்கும் அவ்வவற்றின் ஊழ்வகைக்குத் தக்கபடி அருள் நியதி ஆகாரங் கொடுப்பிக்க உண்டு பசியாறுகின்றன வென்றும், அவ்வவைக-ளுக்குத் தக்க ஆகாரம் அறிந்து கொடுப்பது நமது சுதந்தரமல்ல கடவுள் சுதந்தர

மென்றும், அவைகளில் மனிதர் வாழ்க்கைக்குச் சகாயமாகத் தங்கள் சுதந்தரத்-
தால் சம்பாதித்துக் கொள்ளுகின்ற பசு எருது எருமைகடா ஆடு குதிரை முத-
லிய சில மிருகங்களுக்கு ஆகாரங் கொடுத்துப் பசியாற்றுதல் அவசியமென்றும்;
மனிதர்களில் ஆண்மக்கள் பெண்மக்கள் என்றிருவகைப்பட்ட எல்லா மனிதர்க-
ளுக்கும் பசியால் வரும் நஷ்டங்களும் துன்பங்களும் பசி நிவர்த்தியால் வரும்
லாபங்களும் இன்பங்களும் பொதுவில் ஒரு தன்மையாயிருந்தாலும், பசியால் வரும்
நஷ்டங்களையுந் துன்பங்களையும் மன முதலான அந்தக்கரண விருத்தியினா-
லும் கண் முதலான இந்திரியங்களாலும் மிகவும் அறிந்து கொள்கின்ற ஆன்ம
அறிவு ஒத்திருத்தலாலும், மனிதர்களுக்கு ஊழ்வகையினால் அருள் நியதியின்-
படி கொடுப்பிக்கின்ற ஆகாரமட்டில் சீவித்துத் தேகத்தை வைத்திருக்கக் கூடா-
மையாலும், தங்கள் முயற்சியாலும் அறிவாலும் சுதந்தரத்தாலும் சம்பாதிக்கின்ற,
ஆகாமிய ஆகாரத்தாலும் பசியை நீக்கித் தேகத்தை வைத்திருக்க வேண்டுமாத-
லாலும், ஆகாமியத்தால் சம்பாதிக்கின்ற சீவசுதந்தரமுள்ள மனிதர்களுக்கு அரு-
ளால் மிகவுங் கொடுக்கப்பட்ட படியாலும்! ஊழ்வகையால் ஆகாரம் நேரிடாமல்
பசித்து வருந்தும்படியாகவும்; அந்தப் பசியை நீக்கும் நிமித்தம் ஒருவரையொரு-
வர் எதிர்பார்க்கும் படியாகவும்; அவர் தயவினால் ஆகாரங் கொடுத்து அப்பசியை
நீக்கி அவரை நன்முயற்சியிற் செலுத்தவும் ஆகாரங் கொடுத்தவர் சித்திமுத்தி-
களை யடையவும் அருள் நியதியாக விதிக்கப்பட்ட படியாலும், மனிததேகம் மற்றச்
சீவதேகம்போல இலேசிலே எடுக்கக் கூடாதாகலாலும், மனித தேகத்தில் ஆன்ம-
விளக்கமும் அருள் விளக்கமும் மிகவும் விளங்குதலாலும், இந்த மனித தேகம்
போனால் மீளவும் இந்தத் தேகம்வருமென்கிற நிச்சய மில்லாமையாலும், இந்த
மனித தேகம் முத்தியின்பம் பெறுதற்கே எடுத்த தேகமாதலாலும், இந்த மனிததேக
மாத்திரமே முதற் சிருஷ்டி தொடங்கிக் கடவுள் சம்மதத்தால் சிருஷ்டிக்கப்பட்ட
உயர்ந்த அறிவையுடைய தேகமாதலாலும், மனிதர்கள் மாத்திரம் பசியாற்றுவிக்-
கின்ற சீவகாருணிய விதியைப் பொதுவில் அவசியம் உறுதியாகப் பிடிக்கவேண்-
டுமென்றும் கடவுள் விதித்திருக்கின்ற படியால், பசியை ஆகாரத்தினால் நிவர்த்தி
செய்விக்கின்ற சீவகாருணிய ஒழுக்கம் மனிதர்களிடத்தே பெரும்பான்மை நடத்த
வேண்டுமென்று அறிய வேண்டும்.

ஊழ்வகைக்குத் தக்கபடி மிருகம் பறவை முதலிய சீவர்களுக்கு அருளால்
நியதி ஆகார மாத்திரம் இருக்க மனிதர்களுக்கு மாத்திரம் ஊழ்நியதி ஆகா-
ரத்தோடு ஆகாமிய முயற்சி ஆகாரமும் வேண்டுவது அவசிய மென்றது எப்படி
யென்னில்:- மனிதர்கள் பிராரத்தப்படி நியதி ஆகாரத்தைப் புசித்துப் பிராரத்த
அனுபவத்தை நீக்கிக் கொண்டு, ஆகாமியத்தால் முயற்சி ஆகாரத்தைப் புசித்துக்
கரணேந்திரிய தேகத்தை வலுவுள்ளதாகச் செய்து கொண்டு, சன்மார்க்க
சாதனத்தை அனுசரித்துச் சித்தி முத்தி இன்பங்களைப் பெறக்கடவரென்று கடவுள்

விதித்திருக்கின்றபடியால், மனிதர்களுக்குப் பிராரத்த ஆகாரமும் ஆகாமிய முயற்சி ஆகாரமும் அவசியம் வேண்டுமென்று அறியவேண்டும். மிருகம் பட்சி ஊர்வன தாவரம் என்கிற சீவதேகங்கள் தண்டனை நிமித்தம் விதித்த தேகங்களாதலால், பிராரத்த ஆகாரம் கடவுள் விதித்த வண்ணம் அருட்சத்தியால் தடைபடாமல் கொடுக்கப் படுமாகலில், ஆகாமிய ஆகாரம் சம்பாதிக்க வேண்டாமென் றறிய வேண்டும்.

ஆனால் சீவகாருணியம் எல்லாச் சீவர்களுக்கும் பொதுவென்று முதலில் குறிக்கப்பட்டது என்ன எனில்:- சீவகாருணிய ஒழுக்கத்தில் முக்கியமாக எல்லா மனிதர்களுக்கும் பொதுவில் பசியினால் வருந்துன்பத்தை நிவர்த்தி செய்து ஆகாரத்தினால் திருப்தி இன்பத்தை உண்டுபண்ண வேண்டு மென்றும், பசியைப்போல் வேறு வகையினால் சீவகொலை நேரிடுவதானால் அந்தச் சீவகொலையைத் தம்மாற் கூடிய வரையில் எவ்விதத்திலாயினும் தடை செய்து உயிர் பெறுவித்துச் சந்தோஷ்'ப்பிக்க வேண்டுமென்றும், பிணி பயம் முதலிய மற்ற ஏதுக்களால் சீவர்களுக்குத் துன்பம் நேரிடில் அத்துன்பங்கள் தங்களால் நீக்கத்தக்கவை களாகில் நீக்கவேண்டுமென்றும், மிருகம் பறவை ஊர்வன தாவரம் முதலிய சீவர்களிடத்துப் பயத்தினால் வருந் துன்பத்தையும் கொலையினால் வருந் துன்பத்தையும் எவ்விதத்தும் நிவர்த்தி செய்ய வேண்டுமென்றும், அவற்றுள் துஷ்ட சீவர்களிடத்தும் சிறிது பயத்தினால் வருந் துன்பம் மாத்திரமே யல்லது கொலையினால் வருந்துன்பங்களைச் செய்யப்படாதென்றும், இவ்வகை முழுதும் சீவ காருணியமேயாதலால் எல்லா உயிர்களிடத்தும் சீவ காருணியம் வேண்டுமென்று கடவுளால் ஆணைசெய்ததென் றறியவேண்டும்.

மனிதர்கள் தங்கள் வாழ்க்கைக்குச் சகாயமாகச் சம்பாதிக்கின்ற உயிர்களில் சில உயிர்கள் தாமச ஆகாரமாகிய மாமிச ஆகாரஞ் செய்வதானால், அவைகளுக்குப் பசியாற்றுவிக்கும்போது அந்த ஆகாரத்தைக் கொடுத்து ஆற்றுவிக்கப்படாதோ என்னில்:- ஒரு சீவனைக் கொன்று ஒரு சீவனுக்கு மாமிசத்தால் பசியாற்றுதல் சீவகாருணிய ஒழுக்கமே யல்லவென்றும், கடவுள் சம்மதமும் அல்லவென்றும், இவைகட்கு முழு விரோதமென்றும் அறியவேண்டும். எல்லாச் சீவர்களும் இயற்கையுண்மை ஏகதேசங்களாகிக் கடவுள் இயற்கை விளக்கமாகிய அருளுக்கு இடமாக இருக்கின்றபடியாலும், கடவுள் இயற்கை விளக்கம் மாறுபடும் போது சீவத் தன்மை இல்லாதபடியாலும், கடவுளியற்கை விளக்கமும் ஜீவனியற்கை விளக்கமும் ஒன்றோடொன்று மாறுபடாதாகலாலும், கடவுளியற்கை விளக்கமுஞ் சீவன் இயற்கைவிளக்கமும் அந்தந்தத் தேகங்களினும் விளங்குகின்ற படியாலும், ஒரு சீவனை வதைத்து அதனால் மற்றொரு சீவனுக்குப் பசியாற்றுதல் சீவகாருணிய ஒழுக்கத்திற்கு முழு விரோதமென்றே அறியவேண்டும்.

புலி சிங்கம் முதலிய மிருகங்கள் மற்றொரு சீவனைக் கொன்று தின்று தாமச ஆகாரத்தால் பசியாற்றித் திருப்தி இன்பத்தை யடைந்து சந்தோஷ்க்கின்றன; அந்தச் சந்தோஷம் கடவுளியற்கை விளக்க ஏக தேசமும் சீவன் இயற்கைவிளக்க நிறைவும் என்று கொள்ளக்கூடாதோ என்னில்:- கூடாது. தாமச ஆகாரத்தால் பூரண சத்துவமாகிய கடவுளியற்கைவிளக்க ஏகதேசமும் ஏகதேச சத்துவமாகிய ஆன்ம இயற்கைவிளக்கமும் விளங்கா; இருளால் ஒளி விளங்காதது போல். இதைத் தாமச ஆகாரமென்பது. என்னையெனில்:- கடவுள் விளக்கம் வெளிப்படாதபடி ஆன்ம விளக்கத்தை மறைத்த இம்சை ஆகாரமாதலால் தாமச ஆகாரமாயிற்று. இந்த ஆகாரத்தால் வந்த திருப்தி யின்பமாகிய சந்தோஷ விளக்கம் எதனுடைய விளக்கமென்னில்:- அனாதி பசுகரணமாயாவிளக்கம் என்று அறியவேண்டும். பசு வென்பது என்னை? ஆணவம் மாயை கன்மம் என்கிற மும்மல பந்தத்தால் ஒன்றுபட்டு அறிவிழந்த ஆன்மாவையே பசு வென்பது. அப்பசுவிற்கு விளக்கந் தோன்றுவது எப்படியென்னில்:- சூரியனை மறைத்த மேகவண்ணத்திலுள்ள இருளினிடத்தும் சூரியப்பிரகாச விசேஷந் தோன்றுதலால் அவ்விருளும் விளக்கமாக வழங்குகின்றது. அது போல், அசுத்தமாயாகரணங்களும் தாமச குணமும் இருள் வண்ணமுடைய வாயினும் தம்மால் மறைக்கப்பட்ட பரசீவவிளக்க விசேஷத்தால் அசுத்தமாயாகரணமும் தாமசகுணமும் விளக்கமாக வழங்குகின்றன. இதனால், தாமச ஆகாரத்தில் வரும் விளக்கம் அசுத்தமாயாகரண விளக்கமே என்றறியவேண்டும்.

ஆனால் மரம் புல் நெல் முதலான தாவரங்களும் உயிராகவே சொல்லப்படுகின்றனவே, அவைகளை இம்சைசெய்து ஆகாரமாகக் கொண்டால் அவை தாமச ஆகார மல்லவோ, அதனால் வந்த சந்தோஷம் அசுத்த மனோகரண சந்தோஷமல்லவோ என்னில்:- மரம் புல் நெல் முதலான தாவரங்களும் உயிர்கள்தான். அவைகளை இம்சைசெய்து ஆகாரங்கொண்டால் அது ஏகதேச தாமச ஆகாரந்தான். அந்த ஆகாரத்தால் வந்த சந்தோஷமும் அசுத்தாகரண சந்தோஷந்தான். ஆனாலும் அப்படியல்ல. மரம் புல் நெல் முதலான சீவர்கள் பரிசமென்கிற ஒரறிவையுடைய சீவர்களாதலாலும், அவ்வுடம்பில் சீவவிளக்கம் ஒருசார் விளங்குதலாலும், அவ்வுயிர்கள் தோன்றும் வித்துக்களும் மற்ற வித்துக்கள் போல் சயமாதலாலும், அவ்வித்துக்களை நாமே விதைத்து உயிர் விளைவு செய்யக்கூடுமாதலாலும், அவ்வுயிர்களை வேறுசெய்யாமல் அவ்வுயிர்களினிடத்து உயிரில்லாமல் உயிர் தோன்றற்கிடமான சடங்களாகத் தோன்றிய வித்துக்களையும் காய்களையும் கனிகளையும் பூக்களையும் கிழங்குகளையும் தழைகளையும் ஆகாரங்களாகக் கொள்வதேயன்றி அவ்வுயிருள்ள முதல்களை ஆகாரமாகக் கொள்ளாதபடியாலும், அவைகளில் வித்து காய் கனி முதலானவை கொள்ளும்போது சுக்கிலம் நகம் ரோமம் முதலிய வைகளை வாங்கும் போது இம்சை உண்டாகாமை

போல் இம்சை உண்டாகாத படியாலும், தாவர வர்க்கங்களுக்கு மன முதலான அந்தக் கரணங்கள் விருத்தி யில்லாதபடியாலும் அது உயிர்க்கொலையுமல்ல; துன்ப முண்டுபண்ணுவது மல்ல; அதனால் அது சீவகாருணிய விரோதமாகாது. அந்த ஆகாரத்தால் வந்த சந்தோஷமும் சீவவிளக்க சகிதமான கடவுள் விளக்க-மேயாகு மென்று அறியவேண்டும்

மர முதலிய தாவங்களில் தோன்றிய வித்துக்களை இனி உயிரேறுதற் கிடமா-கிய சடங்க ளென்பது எப்படியென்னில்:- வித்துக்களில் சீவனிருந்தால் நிலத்தில் விதையா முன்னமே விளைய வேண்டும்; நிலத்தில் விதைத்த காலத்தும் சில வித்-துக்கள் விளையாமலே யிருக்கின்றன. அன்றியும் வித்தென்பது காரணம். இந்-தக் காரணம் உடம்பு தோன்றுதற்கே யென்று சிறு பிள்ளைகளாலும் அறியப்படு-டும். அன்றி உயிர் நித்தியம், உடம்பு அநித்தியம்; நித்தியமான உயிர் காரணம் வேண்டாது; அநித்தியமாகிய உடம்பே காரணம் வேண்டும். ஆகலில் வித்துக்க-ளைச் சடமென்றறிய வேண்டும். ஆனால் வித்துக்களிடத்து ஆன்மாக்கள் ஏறுவது எப்படி யென்னில்:- நிலத்திற் கலந்த வித்திற்கு நீர்விடில் அந்த நீரின் வழியாகக் கடவுள் அருள் நியதியின்படி ஆன்மாக்கள் அணுத் தேகத்தோடு கூடி நிலத்திற் சென்று அந்நிலத்தின் பக்குவ சத்தியோடு கலந்து வித்துக்களினிடமாகச் செல்-கின்றன வென்று அறிய வேண்டும்.

முளைகளையே பிடுங்கப்படா தென்று சிலர் சொல்கின்றார்கள்; வித்து காய் இலை முதலியவைகளைப் புசிக்கலாமென்று சொல்வதெப்படி யென்னில்:- வித்து நிலத்திற் படிந்தபின் நீர் வழியாக ஆன்மாவானது சென்று பக்குவ சத்தியிற் கலந்து வித்திலேறி முளைத்தபடியால், முளையானது வித்து காய் முதலியவைகளைப் போலச் சடமல்ல. ஆகலால், முளைகளைப் பிடுங்கப்படாதென்பது உண்மையென்று அறிய வேண்டும்.

வித்து காய் கனி முதலியவற்றில் உயிர்க்கொலை இல்லாவிடினும் நகம் ரோமம் சுக்கிலம் முதலியவற்றிலிருக்கிற அசுத்தமாவதில்லையோ என்னில்:- தத்துவவிருத்-தியும் தாது விருத்தியும் இல்லாதபடியால் அசுத்தமுமில்லை.

ஆகலில் மரம் புல் நெல் முதலியவைகளின் வித்து காய் கனி தழை முதலி-யவற்றைப் புசிப்பது சீவகாருணிய விரோதமல்ல என்றறிய வேண்டும்.

மாமிச ஆகாரம் புலி முதலாகிய துட்ட மிருகங்களுக்கு நியதி ஆகார மல்-லவோ என்றறிய வேண்டில்:- அது அவ்வுயிர்களுக்குச் சிருஷ்டி நியதி ஆகார மல்ல; பரம்பரை வழக்கத்தால் பெற்ற ஆகாரமாமென் றறியவேண்டும். ஆகலில், அதை நிவர்த்தி செய்வித்துச் சத்துவ ஆகாரங்களைப் புசிக்கும்படி செய்யவுங் கூடும்; ஒரு சீலமுடையவன் கிரகத்தில் வழங்குகின்ற பூனைக்கும் நாய்க்கும் வேறி-டங்களிற் போய் அசுத்த ஆகாரங்கொள்ளாமல் காவல் செய்து அடிநாள் தொடங்-கிச் சுத்த ஆகார வழக்கமே செய்விக்கின்றான்; அவைகள் அவைகளைப் புசித்து

உயிர் வழங்கி வருகின்றன. அப்படியே புலி சிங்கம் முதலிய துட்டவர்க்கங்களையும் மேல்நின்று சுத்த ஆகாரத்தில் பழக்குவாரில்லாமையால் அசுத்தாகாரங்களைப் பழக்கத்தாற் புசிக்கின்றனவென் றறியலாம்.

ஆகலில், ஒரு சீவனைக்கொன்று மற்றொரு சீவனுக்குப் பசியாற்றுவித்தல் கடவுளருளுக்குச் சம்மதமுமல்ல, சீவகாருணிய ஒழுக்கமுமல்ல என்று சத்தியமாக அறியவேண்டும்.

இந்தச் சீவகாருணிய மென்கின்ற சாதனத்தில் சாத்தியமாகின்ற இன்பம் அபர இன்பமென்றும் பரஇன்பமென்றும் இருவகைப்படும்.

இச்சை முதலியவைகளைப் பற்றி உண்டாகின்ற துன்பத்தை நிவர்த்தி செய்விப்பதில் வரும் இன்பம் அபர இன்பமாகும். அவை இம்மையில் அனுபவிக்கின்ற இன்பங்களில் சிலவென்றறிய வேண்டும். அவை எவையென்னில்:- உடுப்பதற்கு வஸ்திரமில்லாமலும், இருப்பதற்கு இடமில்லாமலும், உழுவதற்கு நிலமில்லாமலும், பொருந்துவதற்கு மனைவியில்லாமலும், விரும்பியபடி செய்வதற்குப் பொருள் முதலிய வேறு வேறு கருவிகளில்லாமலும் துன்பப்படுகின்ற சீவர்கள் விஷயத்தில் சீவகாருணியந் தோன்றி, உடுப்பதற்கு வஸ்திரம், இருப்பதற்கு இடம், உழுவதற்கு நிலம், பொருந்துவதற்குப் பெண், விரும்பியபடி செய்வதற்குப் பொருள் முதலானவை கொடுத்தபோது, பெற்றுக்கொண்டவர்களுக்கு உள்ளிருந்து முகத்தினிடமாகத் தோன்றுகின்ற இன்ப விளக்கமும், அந்த இன்பத்தைக் கண்டு கொடுத்தவர்களுக்கு உண்டாகின்ற இன்ப விளக்கமும் கடவுள்கரணத்தில் ஏகதேசமும் சீவகரணத்திற் பூரணமுமாகத் தோன்றுகின்றவை யாகலால் அது அபர இன்பமென் றறியவேண்டும்.

அன்றி, தன் வத்திரம் தாழ்ந்ததாகவும் அன்னியன் வத்திரம் உயர்ந்ததாகவும் கண்டு அதில் ஆசை வைத்து வருந்துகின்ற வருத்தமும் கண்டால், காருண்யம் வேண்டாவோ என்னில்:-

பசியினால் வருந் துன்பத்தை நிவர்த்தி செய்விப்பதில் வருமின்பம் பரஇன்பமாகும். அவை இம்மையில் போகசித்திகளாலும் யோகசித்திகளாலும் ஞானசித்திகளாலும் வருகின்ற இன்பங்களும் முடிவில் அனுபவிக்கப்படும் மோட்ச இன்பமும் ஆகுமென்றறியவேண்டும். உண்பதற்கு ஆகாரமில்லாமல் சோர்வடைந்த சீவர்களுக்குச் சீவகாருணியத்தால் ஆகாரங் கொடுக்க உண்டு பசி நீங்கிய தருணத்தில், அந்தச் சீவர்களுக்கு அகத்தினிடத்தும் முகத்தினிடத்தும் தழைந்து பொங்கித் ததும்புகின்ற இன்பமும், அது கண்டபோது கொடுத்தவர்களுக்கு அகத்திலும் முகத்திலும் அவ்வாறுண்டாகின்ற இன்பமும், ஆன்ம சகிதமாகிய கடவுள் கரணத்திற் பூரணமாகத் தோன்றுகின்றவை யாகலால், பர இன்பமென்றது என்றறிய வேண்டும்.

வஸ்திரம், இடம், நிலம், பெண், பொருள் முதலானவைகள் இல்லாமல் துன்பப்படுகின்றவர்கள், அத்துன்பங்களை மனஎழுச்சியால் சகித்துக்கொண்டு உயிர்த

ரித்துத் தங்களாற் செய்யக்கூடிய முயற்சியைச் செய்யக்கூடும். பசியினால் துன்பம் நேரிட்டபோது மனஎழுச்சியால் அத்துன்பத்தைச் சகித்துக்கொள்ளக் கூடாது. சகிக்கத் தொடங்கில் உயிரிழந்து விடுவார்கள். பசி நேரிட்டபோது பெற்றவர்கள் பிள்ளைகளை விற்றும், பிள்ளைகள் பெற்றவர்களை விற்றும், மனைவியைப் புருடன் விற்றும், புருடனை மனைவி விற்றும், அந்தப் பசியினால் வருந்துன்பத்தை மாற்றிக் கொள்ளத் துணிவார்களென்றால், அன்னியமாகிய வீடு, மாடு, நிலம், உடைமை முதலியவைகளை விற்றுப் பசியை நீக்கிக் கொள்வர்களென்பது சொல்லவேண்டுவதில்லை. உலக முழுதும் ஆளுகின்ற சக்கரவர்த்தியாகிய அரசனும் பசிநேரிட்டபோது தனது அதிகார உயர்ச்சி முழுதும் விட்டுத் தாழ்ந்த வார்த்தைகளால் 'பசி நேரிட்டது, என்ன செய்வது!' என்று அருகிலிருக்கின்ற அமைச்சர்களிடத்துக் குறை சொல்லுகிறான். பகைவரால் எறியப்பட்டு மார்பிலுருவிய பாணத்தையுங் கையாற் பிடித்துக்கொண்டு எதிரிட்ட பகைவரையெல்லாம் அஞ்சாது ஒரு நிமிஷத்தில் வெல்லத்தக்க சுத்த வீரரும் பசி நேரிட்டபோது, சௌகரியத்தை யிழந்து பசிக்கஞ்சிப் பக்கத்தில் நிற்கின்றவரைப் பார்த்து 'இளைப்பு வருமே' சண்டை எப்படிச் செய்வது!' என்று முறையிடுகின்றார்கள். இவ்வுலக போகங்களோடு இந்திரபோக முதலிய போகங்களையும் துரும்பாக வெறுத்து முற்றும் துறந்து அறிவையறிந்து அனுபவம் விளங்கிய ஞானிகளும், இந்திரியங்களை அடக்கி மனோலயஞ்செய்து உண்மை நிட்டையிலிருக்கின்ற யோகிகளும், இறந்தோரையும் எழுப்பத்தக்க அளவிறந்த மகத்துவங்கள் விளங்கிய சித்தர்களும், முனிவர்களும், தவசிகளும் பசி நேரிட்டபோது தங்கள் தங்கள் அனுபவலட்சியங்களை விட்டு அடுத்த ஊரை நோக்கிப் பலிக்கு வருகின்றார்கள்; பலி நேராதபோது நிலை கலங்குகின்றார்கள். சொற்பனத்தில் ஓர் இழிவு வரினும் அதுகுறித்து உயிர்விடத்தக்க மானிகளும் பசி நேரிட்டபோது, சொல்லத் தகாதவரிடத்துஞ் சொல்லி மானங் குலைகின்றார்கள். சாதி சமய ஆசாரங்களில் அழுத்தமுடைய ஆசாரியர்களும் பசி வந்தபோது, ஆசாரத்தை மறந்து ஆகாரத்திற்கு எதிர்பார்க்கின்றார்கள். கல்வி கேள்விகளில் நிரம்பி அறிதற்கரிய நுட்பங்களை யறிந்து செய்தற்கரிய செய்கைகளைச் செய்து முடிக்கவல்லவர்களும் பசி நேரிட்டபோது, அறிவுங் கருத்தும் அழிந்து தடுமாறுகின்றார்கள். இராப்பகல் தோன்றாது புணர்ச்சி இன்பத்திற் பொங்குகின்ற காமிகளும் பசி நேரிட்டபோது, புணர்ச்சியை மறந்து காமத்தைக் கசந்து கலங்குகின்றார்கள். நாமே பெரியவர் நமக்குமேற் பெரியவரில்லை யென்று இறுமாப்படைகின்ற அகங்காரிகளும் பசி நேரிட்டபோது, அகங்காரங் குலைந்து ஆகாரங்கொடுப்பவரைப் பெரியவராகப் புகழ்கின்றார்கள். ஒருவகைக் காரியங்களில் அநேக வகைகளாக உபசரிக்கச் செய்கின்ற டம்பர்களும் பசி நேரிட்டபோது, டம்பத்தை இழந்து மயங்குகின்றார்கள். இவரிவர் இப்படி இப்படியானால் ஒருவகை ஆதாரமுமில்லாத ஏழைகள் பசி நேரிட்டபோது என்ன பாடு படார்கள்! அந்தக்

காலத்தில் அந்த ஏழைகளுக்கு ஆகாரங்கிடைத்தால் எப்படிப்பட்ட சந்தோஷமுண்-
டாகும்! அந்தச் சந்தோஷத்தைத் தோற்றுவித்தவர்களுக்கு எப்படிப்பட்ட லாபங்
கிடைக்கும்! இப்படிப்பட்டதென்று சொல்லுதற்கும் அருமை என்றறிய வேண்டும்.

சீவர்களுக்குப் பசி அதிகரித்த காலத்தில் சீவஅறிவு விளக்கமில்லாமல் மயங்கு-
கின்றது - அது மயங்கவே அறிவுக்கறிவாகிய கடவுள் விளக்கம் மறைபடுகின்றது -
அது மறையவே புருடதத்துவம் சோர்ந்து விடுகின்றது - அது சோரவே பிரகிருதி-
தத்துவம் மழுங்குகின்றது - அது மழுங்கவே, குணங்களெல்லாம் பேதப்படுகின்றன
- மனம் தடுமாறிச் சிதறுகின்றது - புத்தி கெடுகின்றது - சித்தம் கலங்குகின்றது -
அகங்காரம் அழிகின்றது - பிராணன் சுழல்கின்றது - பூதங்களெல்லாம் புழுங்கு-
கின்றன - வாத பித்த சிலேட்டுமங்கள் நிலை மாறுகின்றன - கண் பஞ்சடைந்து
குழிந்து போகின்றது - காது கும்மென்று செவிடுபடுகின்றது - நா உலர்ந்து வறளு-
கின்றது - நாசி குழைந்து அழல்கின்றது - தோல் மெலிந்து ஸ்மரணை கெடுகின்-
றது - கை கால் சோர்ந்து துவளுகின்றன - வாக்குத் தொனிமாறிக் குளறுகின்றது
- பற்கள் தளருகின்றன - மலசலவழி வெதும்புகின்றது - மேனி கருகுகின்றது -
ரோமம் வெறிக்கின்றது - நரம்புகள் குழைந்து நெகின்றன - நாடிகள் கட்டுவிட்-
டுக் குழைகின்றன - எலும்புகள் கருகிப் பூட்டுகள் நெக்குவிடுகின்றன - இருதயம்
வேகின்றது - மூளை சுருங்குகின்றது - சுக்கிலம் வெதும்பி வற்றுகின்றது - ஈரல்
கரைகின்றது - இரத்தமும் சலமும் சுவறுகின்றன - மாமிசம் குழைந்து தன்மை
கெடுகின்றது - வயிறு பகீரேன்றெரிகின்றது - தாப சோபங்கள் மேன்மேலும் உண்-
டாகின்றன - உயிரிழந்து விடுவதற்கு மிகவுஞ் சமீபித்த அடையாளங்களும் அனு-
பவங்களும் மேன்மேலும் தோன்றுகின்றன. பசியினால் இவ்வளவு அவத்தைகளும்
தோன்றுவது சீவர்களுக்கெல்லாம் பொதுவாகவேயிருக்கின்றது.

இவ்வளவு அவத்தைகளும் ஆகாரங் கிடைத்தபோது உண்டு பசி நீங்க நீங்-
குகின்றன. அப்போது தத்துவங்களெல்லாம் தழைத்து உள்ளங் குளிர்ந்து அறிவு
விளங்கி அகத்திலும் முகத்திலும் சீவர்களையும் கடவுள்களையுந் துளும்பி ஒப்-
பில்லாத திருப்தியின்பம் உண்டாகின்றது. இப்படிப்பட்ட இன்பத்தை உண்டுபண்-
ணுகின்ற புண்ணியத்துக்கு எந்தப் புண்ணியத்தை இணையென்று சொல்லலாம்?
இந்தப் புண்ணியத்தைச் செய்கின்ற புண்ணியர்களை எந்தத் தெய்வத்துக்குச் சரி-
யென்று சொல்லலாம்? எல்லாத் தெய்வங்களுக்கும் மேலாகிய கடவுளம்சமென்றே
சத்தியமாக அறியவேண்டும். இதனால் நரக வேதனை சனனவேதனை மரண
வேதனை என்கின்ற மூன்று வேதனைகளுங் கூடி முடிந்த வேதனையே பசிவே-
தனை என்றும், அகம் புறம் நடு கீழ் மேல் பக்கம் என்கிற எவ்விடத்தும் நிறைந்து
எக்காலத்தும் வேறுபடாத மோக்ஷ இன்பமே ஆகாரத்தினாலுண்டாகும் திருப்தி-
யின்பம் என்றும் அறியப்படும்.

பசியில்லாவிடில் சீவர்கள் ஆகாரங் குறித்து ஒருவரையொருவர் எதிர்பார்க்க மாட்டார்கள்; எதிர்பாராத பக்ஷத்தில் உபகாரச் செய்கை தோன்றாது. அது தோன்றாதபோது சீவகாருணியம் விளங்காது; அது விளங்காதபோது கடவுளருள் கிடைக்க மாட்டாது. ஆகலால், பசியும் கடவுளாற் கொடுக்கப்பட்ட ஓர் உபகாரக் கருவியென்றே அறியவேண்டும்.

பசியினால் துன்பப்படுகின்றவர்கள் ஆகாரத்தைக் கண்ட காலத்தில் அடை-கின்ற சந்தோஷமும் தாய், பிதா, பெண்டு, பிள்ளை, காணி, பூமி, பொன், மணி முதலானவைகளைக் கண்ட காலத்திலும் அடையார்களாயின், ஆகாரம் உண்ட காலத்தில் உண்டாகும் சந்தோஷம் எப்படிப்பட்டதாக இருக்கும்? ஆகலால் இந்த ஆகாரத்தின் சொரூப ரூப சுபாவங்களும் கடவுளருளின் ஏகதேச சொரூப ரூப சுபாவங்களாகவே அறியவேண்டும்.

பசி என்கிற நெருப்பானது ஏழைகள் தேகத்தினுள் பற்றி எரிகின்ற போது ஆகாரத்தால் அவிக்கின்றதுதான் சீவகாருணியம் - பசி என்கிற விஷக்காற்றானது ஏழைகள் அறிவாகிய விளக்கை அவிக்கின்ற தருணத்தில் ஆகாரங்கொடுத்து அவியாமல் ஏற்றுகின்றதே சீவகாருணியம் - கடவுளியற்கை விளக்கத்திற்கு இடமாகிய சீவதேகங்களென்கிற ஆலயங்கள் பசியினால் பாழாகுந் தருணத்தில் ஆகாரங் கொடுத்து அவ்வாலயங்களை விளக்கஞ் செய்விப்பதே சீவகாருணியம் - கடவுள் இன்பத்தைப் பெறுகின்ற நிமித்தம் தேகங்களிலிருந்து குடித்தனஞ் செய்-கின்ற சீவரது தத்துவக் குடும்ப முழுதும் பசியினால் நிலை தடுமாறி அழியுந் தருணத்தில் ஆகாரங்கொடுத்து அக்குடும்ப முழுதும் நிலைபெறச் செய்வதே சீவ-காருணியம் - பசி என்கிற புலியானது ஏழை உயிர்களைப் பாய்ந்து கொல்லத் தொடங்குந் தருணத்தில் அப்புலியைக் கொன்று அவ்வுயிரை இரட்சிப்பதே சீவ-காருணியம் - பசி என்கிற விஷம் தலைக்கேறிச் சீவர் மயங்குந் தருணத்தில் ஆகாரத்தால் அவ்விஷத்தை இறக்கி மயக்கந் தெளியச் செய்வதே சீவகாருணி-யம் - பசி என்கிற கொடுமையாகிய தேள் வயிற்றிற் புகுந்து கொட்டுகின்றபோது கடுப்பேறிக் கலங்குகின்ற ஏழைகளுக்கு ஆகாரத்தால் அக்கடுப்பை மாற்றிக் கலக்-கத்தைத் தீர்ப்பதே சீவகாருணியம் - 'நேற்று இராப்பகல் முழுதும் நம்மை அரைப்-பங்கு கொன்றுதின்ற பசியென்கிற பாவி இன்றும் வருமே! இதற்கு என்ன செய்-வோம்!' என்று ஏக்கங் கொள்கின்ற ஏழைச் சீவர்களது ஏக்கத்தை நீக்குவதுதான் சீவகாருணியம் - 'வெயிலேறிப் போகின்றதே, இனிப் பசியென்கிற வேதனை வந்து சம்பவிக்குமே! இந்த விதி வசத்திற்கு என்ன செய்வது!' என்று தேனில் விழுந்த ஈயைப்போல, திகைக்கின்ற ஏழைச் சீவர்களுடைய திகைப்பை நீக்குவதுதான் சீவ-காருணியம் - 'இருட்டிப் போகின்றதே, இனி ஆகாரங் குறித்து எங்கே போவோம்! யாரைக் கேட்போம்! என்ன செய்வோம்!' என்ற விசாரத்தில் அழுந்திய ஏழைச் சீவர்களது விசாரத்தை மாற்றுவதே சீவகாருணியம் - 'நடந்து நடந்து காலுஞ்

சோர்ந்தது, கேட்டுக்கேட்டு வாயுஞ் சோர்ந்தது, நினைத்து நினைத்து மனமுஞ் சோர்ந்து இனி இப்பாவி வயிற்றுக் கென்ன செய்வோம்!' என்று கண்ர் வடிக்கின்ற ஏழைகளுக்கு ஆகாரங் கொடுத்துக் கண்ரை மாற்றுவதே சீவகாருணியம் - 'பகற்போதும் போய்விட்டது, பசியும் வருத்துகின்றது, வேறிடங்களிற் போக வெட்கந் தடுக்கின்றது, வாய் திறந்து கேட்க மானம் வலிக்கின்றது, வயிறு எரிகின்றது, உயிரை விடுவெதற்கும் உபாயந் தெரியவில்லை; இவ்வுடம்பை ஏன் எடுத்தோம்!' என்று மனமும் முகமும் சோர்ந்து சொல்வதற்கு நாவெழாமல் உற்பாத சொப்பனங் கண்ட ஊமையைப் போல் மனம் மறுகுகின்ற மானிகளாகிய சீவர்களுக்கு ஆகாரங்கொடுத்து மானத்தைக் காப்பதுவே சீவகாருணியம் - 'நாம் முன் பிறப்பில் பசித்தவர்கள் பசிக் குறிப்பறிந்து பசியை நீக்கியிருந்தால், இப்பிறப்பில் நமது பசிக்குறிப்பறிந்து பசியை நீக்குவதற்குப் பிறிதொருவர் நேர்வார்; அப்போது அப்படி நாம் செய்ததில்லை, இப்போது நமக்கிப்படிச் செய்வாருமில்லை' என்று விவகரித்துக்கொண்டு தூக்கம் பிடியாமல் துக்கப்படுகின்ற ஏழைச் சீவர்களுக்கு ஆகாரங் கொடுத்துத் துக்கத்தை நீக்கித் தூக்கம் பிடிக்க வைப்பதே சீவகாருணியம். தேக முழுதும் நரம்புகள் தோன்றப் பசியினால் இளைத்து உயிரொடுங்கி மூர்ச்சை மூடிய காலத்தும் அயலாரைக் கேட்பது துணியாமற் கடவுளை நினைத்து நினைத்து நெருப்பிற் படுத்து நித்திரை செய்யத் தொடங்குவாரைப் போல், அடிவயிற்றிற் கொடிய பசி நெருப்பை வைத்துப் படுக்கத் தொடங்குகின்ற விவேகிகளுக்கு ஆகாரங் கொடுத்து அந்தப் பசி நெருப்பை ஆற்றுவதே சீவகாருணியம் - 'நேற்றுப் பட்டினி கிடந்தது போல் இன்றும் பட்டினி கிடப்பது எப்படி? நாம் பாலிய வசத்தால் இன்றும் பட்டினி கிடக்கத் துணிவோ மாயினும் பட்டினி சகியாத நமது ஏழை மனைவி வயிற்றுக்கு யாது செய்வோம்? இவள் பசியைக் குறிப்பதும் பெரிதல்ல, வார்த்திப திசையால் மிகவுஞ் சோர்ந்த நமது தாய் தந்தைகள் இன்றும் பட்டினி கிடந்தால் இறந்து விடுவார்களே! இதற்கென்ன செய்வோம்? பசியினால் அழுதழுது களைத்த நமது புத்திரர்களது சோர்ந்த முகத்தை எப்படிப் பார்ப்போம்?' என்று எண்ணி எண்ணிக் கொல்லன் உலையிலுரத மூண்ட நெருப்பைப் போல், பசி நெருப்பும் பயநெருப்பும் விசாரநெருப்பும் உள்ளே மூண்டபடியிருக்கக் கன்னப்புடையில் கைகளை வைத்துக் கொண்டு கண்களில் நீர் கலங்க வருந்துகின்ற ஏழைகளுக்கு ஆகாரங் கொடுத்து வருத்தத்தை மாற்றுவதே சீவகாருணியம் - 'கண் கை கால் முதலிய உறுப்புக்களிற் குறைவில்லாதவர்களாகி ஆகாரஞ் சம்பாதிக்கத் தக்க சக்தி யுள்ளவர்களும் பசியால் வருந்தி இதோ படுத்திருக்கின்றார்கள்; குருடும் செவிடும் ஊமையும் முடமுமாக விருக்கின்ற நமக்கு ஆகாரம் எந்த வழியாற் கிடைக்கும்! பசி எப்படி நீங்கும்!' என்று தனித்தனி நினைத்து நினைத்துத் துக்கப்படுகின்ற ஏழைகளுக்கு ஆகாரங் கொடுத்துத் துக்கத்தை நீக்குவதே சீவகாருணியம் - பசியினால் வருந்துகின்றவர்கள் எந்தத் தேசத்தாராயினும் எந்தச்

சமயத்தாராயினும் எந்தச் சாதியாராயினும் எந்தச் செய்கையாராயினும் அவர்கள் தேச ஒழுக்கம், சமய ஒழுக்கம், சாதி ஒழுக்கம், செய்கை ஒழுக்கம் முதலான-வைகளைப் போதித்து விசாரியாமல், எல்லாச் சீவர்களிடத்தும் கடவுள் விளக்கம் பொதுவாக விளங்குவதை அறிந்து பொதுவாகப் பார்த்து அவரவர் ஒழுக்கத்திற்குத் தக்கபடி அவர்கள் பசியை நிவர்த்தி செய்விப்பதே சீவகாருணியம் - சன்மார்க்க ஒழுக்கத்திற்கு ஒத்த சத்துவ ஆகாரத்தால் பசிநிவர்த்தி செய்து கொள்ளத் தக்க மிருகம் பறவை ஊர்வன தாவரம் என்கின்ற உயிர்களுக்குப் பசிவந்தபோது பசிநி-வர்த்தி செய்விப்பதே சீவகாருணியம்.

பசியை நிவர்த்தி செய்துகொள்ளத் தக்க புவனபோக சுதந்தரங்களைப் பெறு-தற்குரிய அறிவிருந்தும் பூர்வகர்மத்தாலும் அஜாக்கிரதையாலும் அச்சுதந்திரத்தைப் பெற்றுக் கொள்ளாமல் பசியினால் வருந்துகின்ற சீவர்களுக்கு ஆகாரங் கொடுத்து அந்த பசி வருத்தத்தை நீக்கித் திருப்தியின்பத்தை உண்டு பண்ணுவதற்குக் கார-ணமாகிய சீவகாருணியம் என்கின்ற திறவுகோலைக் கொண்டுதான் மோட்சமாகிய மேல்வீட்டுக் கதவைத் திறந்து கொண்டு உள்ளே புகுந்து எக்காலத்தும் அழி-யாத இன்பத்தை அனுபவித்து வாழவேண்டும். ஆகலில், சீவகாருணிய மென்கின்ற மோட்ச வீட்டுத் திறவுகோலைக் காலமுள்ள போதே சம்பாதித்துக்கொண்ட சமுசா-ரிகள் சரியை, கிரியை, யோகம், ஞானம் என்கிற சாதன சகாயங்களை வேண்டா-மல், எக்காலத்தும் அடையாத இன்ப வீட்டை அடைந்து அவ்வீட்டுக் கதவைத் திறந்து கொண்டு உள்ளே புகுந்து நித்திய முத்தர்களாய் வாழ்வார்கள்.

புண்ணியபூமிகளை வலஞ்செய்தல், புண்ணியதீர்த்தங்களிலாடல், புண்ணிய-தலங்களில் வசித்தல், புண்ணியமூர்த்திகளைத் தரிசித்தல், தோத்திரஞ்செய்தல், ஜெபஞ்செய்தல், விரதஞ்செய்தல், யாகஞ்செய்தல், பூசைசெய்தல் முதலிய சரியை கிரியைகளைச் செய்கின்ற விரதிகளும் பத்தர்களும் இருடிகளும், உணவை நீக்கி உறக்கத்தை விட்டு விஷயச்சார்புகளைத் துறந்து இந்திரியங்களை அடக்கி மனோ-லயஞ் செய்து யோகத்திலிருக்கின்ற யோகிகளும், அளவிறந்த சித்தியின்பங்களைப் பெற்ற சித்தர்களும், நித்தியா நித்தியங்களை அறிந்து எல்லாப் பற்றுக்களையும் துறந்து பிரமானுபவத்தைப் பெற்ற ஞானிகளும், சீவகாருணியம் என்கிற திறவு-கோலைச் சம்பாதித்துக் கொள்ளாதவர்களானால், மோட்ச மென்கிற மேல்வீட்டிற்கு முன்னும் பின்னுமாக ஏறிச் சமீபத்திற் காத்திருந்து மீளவும் அத்திறவுகோலைச் சம்பாதிக்கத் திரும்புவார்களல்லது, கதவைத் திறந்து உள்ளே புகுந்து இன்பத்தை அடைந்து வாழமாட்டார்க ளென்று உண்மையாக அறியவேண்டும். இதனால், அறிவு விளங்கிய சீவர்களுக்கெல்லாம் சீவகாருணியமே கடவுள் வழிபாடு என்றும் அறியப்படும்.

அன்றியும், சீவகாருணிய ஒழுக்கத்தை உடையவர்களாகி அருந்தல் பொருந்-தல் முதலிய பிரபஞ்ச போகங்களை அனுபவிக்கின்ற சமுசாரிகளெல்லாம் சர்வ-

சக்தியுடைய கடவுளருளுக்கு முழுதும் பாத்திரமாவார்கள். சீவகாருணிய ஒழுக்கமில்லாமல் ஞானம், யோகம், தவம், விரதம், ஜெபம், தியானம் முதலியவைகளைச் செய்கின்றவர்கள் கடவுளருளுக்குச் சிறிதும் பாத்திரமாகார்கள். அவர்களை ஆன்மவிளக்கமுள்ளவர்களாகவும் நினைக்கப்படாது. சீவகாருணிய மில்லாது செய்யப்படுகிற செய்கைக ளெல்லாம் பிரயோஜன மில்லாத மாயாசாலச் செய்கைகளே யாகுமென்று அறியவேண்டும்.

எல்லாச் சீவர்களும் கடவுள் இயற்கையுண்மை ஏகதேசங்களாதலாலும் அவரவர் இடங்களிற் கடவுள் அருள்விளக்கம் விளங்குதலாலும், சமுசாரிகளுள் தமது தாய் தந்தை புணர்ந்தோர் மக்கள் துணைவர் முதலிய குடும்ப மட்டில் பசியாற்றிக் கொள்ளத் தக்க அற்பசக்தியுள்ள சமுசாரிகள் தாய் பிதா மக்கள் துணைவர் முதலிய குடும்பத்தாரைப் பசியினாற் பரிதபிக்க விட்டு அயலார்க்குப் பசியாற்றத் தொடங்குதலும், தம்மிடத்துப் பசித்து வந்த அயலாரை அந்தப் பசியால் பரிதபிக்க விட்டுத் தம் குடும்பத்தார் பசியை யாற்றத் தொடங்குதலும், கடவுளருளுக்குச் சம்மதமல்ல. ஆதலால், தமது குடும்பச் செலவைக் கூடியமட்டில் சிக்கனஞ் செய்து இருதிறத்தார் பசியும் நீக்குதல் வேண்டுமென்றும்; அற்பசத்தியினுங் குறைபட்டுத் தமது குடும்பம் மட்டிலும் பசியாற்றுவிப்பதற்குப் பிரயாசையால் மிகச் சிறிய முயற்சியுடைய சமுசாரிகள் தமது குடும்ப மட்டிலாவது பசியாற்றுவித்துக் கொண்டு, தம்மிடத்துப் பசித்துவந்த அயலார் விஷயத்தில் மிகவும் தயவுடையவர்களாகி அவர் பசியை மற்றொருவரைக் கொண்டாவது ஆற்றுவிப்பதற்குத் தக்க முயற்சி யெடுத்துக் கொள்ளவேண்டு மென்றும்; இயல்புள்ள பிரபல சமுசாரிகள் தங்கள் தங்கள் வருவாய்க்குத் தக்கவரையில் தாய், பிதா, புணர்ந்தோர், மக்கள், துணைவர், உறவினர், சினேகர், அதிதிகள், பெரியர், அடிமைகள், அயலார், பகைவர் முதலியவர்களுக்கும், தமது குடும்பத்திற்குச் சகாயமாகத் தேடிய பசு, எருது, எருமை, ஆடு, குதிரை, தாவர முதலிய பிராணிகளுக்கும், பசியை ஆற்றுவித்துத் திருப்தியின்பத்தை உண்டுபண்ண வேண்டுமென்றும்; விவாகம் புத்திரப்பேறு தெய்வம் படைத்தல் முதலிய பலவகைச் செய்கைகளில் வேறு வேறு சடங்குகளும் வேறு வேறு வினோதங்களும் வேறு வேறு பெருமைப்பாடுகளும் குறித்துப் பொருட் செலவு செய்தலை அமைத்து, விவாக முதலிய அந்தந்தச் செய்கைகளிலும் பசித்த சீவர்களுக்குப் பசியை ஆற்றுவித்து இன்பத்தை யுண்டுபண்ணுகின்ற சிறப்பினையே செய்யவேண்டுமென்றும், அப்படிச் செய்யில் பசித்தவர் பசி நீங்கி அடைந்த இன்பத்திலும் அனேக மடங்கு அதிகமான இன்பத்தைத் தாம் அடைவார்களென்றும் சத்தியமாக அறியவேண்டும்.

சமுசாரிகள் விவாக முதலிய விசேஷ காரியங்களில் பந்தலை அலங்கரித்தும், அவ்விடத்தில் வேறு வேறு சடங்குகளைச் செய்வித்தும், ஆடல் பாடல் வரிசை ஊர்வலம் முதலிய வினோதங்களையும் அப்பவர்க்கம் சித்திரான்னம் முதலிய

பெருமைப்பாடுகளையும் நடத்தியும், எக்களிப்பில் அழுந்தியிருக்குந் தருணத்தில் பசித்த ஏழைகள் முகத்தைப் பார்க்கவும் சம்மதிக்கவில்லை. இப்படிப்பட்ட சந்-தோஷ காலத்தில் தமக்காயினும் தமது மக்கள் துணைவர் முதலியோர்க்காயினும் ஒவ்வோர் ஆபத்து நேரிடுகின்றது. அப்போது அவ்வளவு சந்தோஷத்தையும் இழந்து துக்கப்படுகிறார்கள். இப்படித் துக்கப்படும்போது அலங்காரஞ் செய்த பந்-தலும், சங்கல்ப விகல்பமான சடங்குகளும் ஆடல் பாடல் வாத்தியம் வரிசை ஊர்வலம் முதலிய வினோதங்களும் அப்பவர்க்கம் சித்திரான்னம் முதலிய பெரு-மைப்பாடுகளும் அந்த ஆபத்தைத் தடைசெய்யக் கண்டதில்லை. அந்தச் சுபகா-ரியத்தில் உள்ளபடியே பசித்த சீவர்களுக்கு ஆகாரங் கொடுத்துப் பசியை நீக்கி அவர்கள் அகத்திலும் முகத்திலும் கடவுள் விளக்கத்தையும் கடவுளின்பத்தையும் வெளிப்படச் செய்திருந்தார்களானால், அந்த விளக்கமும் இன்பமும் அத்தருணத்-தில் நேரிட்ட ஆபத்தை நீக்கி விளக்கத்தையும் இன்பத்தையும் சத்தியமாக உண்-டுபண்ணுமல்லவா? ஆகலில் விவாக முதலிய விசேஷச் செய்கைகளிலும் தங்கள் தங்கள் தரத்திற்கு ஒத்தபடி பசித்தவர்களது பசியை ஆற்றுவித்துத் திருப்தியின்-பத்தை உண்டுபண்ணுவது முக்கியமென் றறியவேண்டும். சூலை குன்மம் குஷ்டம் முதலிய தீராத வியாதிகளால் வருந்துகின்ற சமுசாரிகள் தங்கள் தரத்திற்கு ஒத்-தபடி பசித்தவர்களுக்குப் பசி யாற்றுவிப்பதே விரதமாக அனுசரித்தார்களானால், அந்தச் சீவகாருணிய அனுசரிப்பே நல்ல மருந்தாக அந்த வியாதிகளை நிவர்த்தி செய்து, விசேஷ செளக்கியத்தை உண்டு

பண்ணுமென்பது உண்மை. பல நாள் சந்ததி யில்லாமல் பலபல விரதங்களைச் செய்து வருந்துகின்ற சமுசாரிகள் தங்கள் தரத்திற்குத் தக்கபடி பசித்த ஏழைகளது பசியை ஆற்றுவிப்பதே விரதமாக அனுசரிப்பார்களானால், அந்தச் சீவகாருண்ய அனுசரிப்பு நல்ல அறிவுள்ள சந்ததியை உண்டுபண்ணு மென்பது உண்மை. அற்ப வயதென்று குறிப்பினால் அறிந்துகொண்டு இறந்து போவதற்கு அஞ்சி விசாரப்-டுகின்ற சமுசாரிகள் தங்கள் தரத்திற்குத் தக்கபடி பசித்த ஏழைகளுக்குப் பசியை ஆற்றுவிப்பதே விரதமாக அனுசரிப்பார்களானால், அந்த சீவகாருணிய அனுசரிப்பு தீர்க்காயுளை உண்டுபண்ணுமென்பது உண்மை. கல்வி அறிவு செல்வம் போகம் முதலியவைகளைக் குறித்து வருந்துகின்ற சமுசாரிகள் தங்கள் தரத்திற்குத் தக்கபடி பசித்த ஏழைகளுக்குப் பசியாற்றுவிப்பதே விரதமாக அனுசரிப்பார்களானால், அந்-தச் சீவகாருணிய அனுசரிப்பு கல்வி அறிவு செல்வம் போகம் முதலானவைகளை உண்டு பண்ணுமென்பது உண்மை.

பசித்தவர்களுக்குப் பசியாற்றுவிப்பதே விரதமாகக் கொண்ட சீவகாருணிய முள்ள சமுசாரிகளுக்குக் கோடையில் வெயிலும் வருத்தாது, மண்ணும் சூடு செய்-யாது - பெருமழை, பெருங்காற்று, பெரும்பனி, பேரிடி, பெருநெருப்பு முதலிய உற்பாதங்களும் துன்பம் செய்விக்கமாட்டா - விடுசிகை* விஷக்காற்று விஷசுரம்

முதலிய அசாத்திய பிணிகளுமுண்டாகா - அந்தச் சீவகாருணியமுள்ள சமுசாரி-
கள் ஆற்று வெள்ளத்தாலும் கள்ளர்களாலும் விரோதிகளாலும் கலக்கப்படார்கள்
- அரசர்களாலும் தெய்வங்களாலும் அவமதிக்கப்படார்கள் - சீவகாருணிய முள்ள
சமுசாரிகளது விளைநிலத்தில் பிரயாசை யில்லாமலே விளைவு மேன்மேலும் உண்-
டாகும் - வியாபரத்தில் தடையில்லாமல் லாபங்களும், உத்தியோகத்திற் கெடுதி-
யில்லாத மேன்மையும் உண்டாகும் - சுற்றங்களாலும் அடிமைகளாலும் சூழப்படு-
வார்கள் - துஷ்டமிருகங்களாலும் துஷ்ட ஐந்துக்களாலும் துஷ்டப் பிசாசுகளாலும்
துஷ்ட தெய்வங்களாலும் பயஞ்செய்யப்படார்கள் - சீவகாருணியமுள்ள சமுசாரிக-
ளுக்கு எப்படிப்பட்ட ஆபத்துக்களும் அஜாக்கிரதையினாலும் ஊழ்வகையினாலும்
சத்தியமாக வராது.

பசித்தவர்களுக்குப் பசியாற்றுவித்து இன்பத்தை உண்டு பண்ணுகின்ற சீவகா-
ருண்ய ஒழுக்கமாகிய மேலான விரதமானது தேவர்கள், மனிதர்கள், பிரமசாரிகள்,
சமுசாரிகள், தவசிகள், சந்நியாசிகள், ஆண்சாதியர், பெண்சாதியர், வார்த்திபர்,
வாலிபர், உயர்ந்தோர், தாழ்ந்தோர் முதலிய யாவராலும் அவசியம் செய்யத்தக்க
தென்பது கடவுளாணை யென்றறிய வேண்டும்.

பசித்தவர்க்குப் பசியை நீக்குகின்ற விஷயத்தில் புருஷனைப் பெண்சாதி தடுத்-
தாலும், பெண்சாதியைப் புருஷன் தடுத்தாலும், பிள்ளைகளைத் தந்தை தடுத்-
தாலும், தந்தையைப் பிள்ளைகள் தடுத்தாலும், சீஷரை ஆசாரியர் தடுத்தாலும்,
அடியாரை ஆண்டவன் தடுத்தாலும், குடிகளை அரசன் தடுத்தாலும் அந்தத்
தடைகளால் சிறிதுந் தடைபடாமல் அவரவர் செய்த நன்மை தீமைகள் அவரவ-
ரைச் சேருமல்லது வேரிடத்திற் போகா வென்பதை உண்மையாக நம்பிச் சீவகாரு-
ணிய ஒழுக்கத்தை நடத்தவேண்டுமென்றும் அறியவேண்டும்.

உள்ளபடி பசியால் வருந்துகின்ற சீவர்களுக்கு ஆகாரங்கொடுக்க நினைத்த-
போது, நினைத்த புண்ணியரது மனம் வேறு பற்றுக்களை விட்டுச் சுத்தக் கரண-
மாகி நினைத்தபடியால், அந்தப் புண்ணியர்களை யோகிகளென்றே உண்மையாக
அறியவேண்டும். ஆகாரங் கொடுக்க நினைத்தபடி உபசரித்துக் கொடுக்கும்போது,
அவருண்ணுவது தாமுண்ணுவதாக அறிந்து களிக்கின்ற படியால், ஞானிகளென்றே
உண்மையாக அறியவேண்டும். ஆகாரங்கொடுக்க உண்டு பசி தீர்ந்தவர்களுக்கு
அத்தருணத்தில் ஆன்மாவின் உள்ளும் புறத்தும் கீழும் மேலும் நடுவும் பக்கமும்
நிறைந்து கரண முதலிய தத்துவங்களெல்லாம் குளிர்வித்துத் தேகமுழுதும் சில்-
லென்று தழைய முகத்தினிடமாகப் பூரித்து விளங்குகின்ற கடவுள்விளக்கத்தையும்
திருப்தியின்பமாகிய கடவுளின் இன்பத்தையும் பிரத்தியட்சத்தில் தரிசித்து அனு-
பவிக்கின்றார்க ளாதலால், அந்தப் புண்ணியர்கள் கடவுளைக் கண்டவர்களென்-
றும் கடவுளின்பத்தை அனுபவிக்கின்ற முத்தரென்றும் அறியவேண்டும். பசி நீங்க
உண்டு சந்தோஷ்த்தவர்கள் இந்தப் புண்ணியர்களைத் தெய்வமாகப் பாவிக்கின்-

ரார்களாதலால், இவர்களே தெய்வமுமென்று உண்மையாக அறியவேண்டும்.

சீவகாருணிய ஒழுக்க முடையவர்களாகிச் சீவர்களைப் பசி யென்கின்ற அபா-யத்தினின்றும் நீங்கச் செய்கின்ற உத்தமர்கள், எந்தச் சாதியாராயினும், எந்தச் சமயத்தாராயினும், எந்தச் செய்கையை யுடைவர்க ளாயினும், தேவர், முனிவர், சித்தர், யோகர் முதலிய யாவராலும் வணங்கத்தக்க சிறப்புடையவர்களென்று சர்-வசக்தியையுடைய கடவுள்சாட்சியாக சத்தியஞ் செய்யப்படுமென்று அறிய வேண்-டும்.

இன்னும் இந்தச் சீவகாருணிய ஒழுக்கத்தின் விரிவைச் சமரச வேதத்திற் கண்டு கொள்ளலாம்.

பிரபவ வருடம் சித்திரை மாதம்

முதற்பகுதி முற்றிற்று

2

இரண்டாவது பிரிவு

உலகத்தில் உயர்பிறப்பாகிய மனிதப் பிறப்பைப் பெற்றுக் கொண்டவர்கள் இந்தப் பிறப்பினால் அடையத்தக்க தலைப்பட்ட ஆன்ம இன்ப சுகத்தைக் காலமுள்ள போதே விரைந்து அறிந்து அடைய வேண்டும்.

அந்தத் தலைப்பட்ட ஆன்ம இன்ப வாழ்வு எத்தனை வகையென்றறிய வேண்-டில்:- இம்மையின்ப வாழ்வு, மறுமையின்ப வாழ்வு, பேரின்ப வாழ்வு என மூன்று-வகை யென்று அறிய வேண்டும்.

இம்மை யின்பமாவது:- சிறிய தேககரணங்களைப் பெற்றுச் சிறிய முயற்சியால் சிறிய விடயங்களைச் சிலநாள் அனுபவிக்கின்ற இன்பத்தை இம்மை யின்பம் என்-றறிய வேண்டும்.

இம்மை இன்ப லாபமாவது:- மனிதப்பிறப்பில் தேகத்திலும் கரணங்களிலும் புவனத்திலும் போகங்களிலும் குறைவின்றி நல்லறிவு உடையவர்களாய், பசி பிணி கொலை முதலிய தடைகளில்லாமல், உறவினர் சிநேகர் அயலார் முதலியருந் தழுவ, சந்ததி விளங்கத்தக்க சற்குணமுள்ள மனைவியுடன், விடயங்களைச் சில நாள் அனுபவிக்கின்றதை இம்மையின்ப லாபம் என்றறிய வேண்டும்.

மறுமை யின்பமாவது:- உயர்பிறப்பில் பெரிய தேககரணங்களைப் பெற்றுப் பெருமுயற்சியால் பெரிய விஷயங்களைப் பலநாள் அனுபவிக்கின்ற இன்பத்தை மறுமை யின்பம் என்றறிய வேண்டும்.

மறுமையின்ப லாபமாவது:- உயர்பிறப்பைப் பெற்று இம்மையின்பலாபத்தில் குறிக்கப்பட்ட நற்குணங்களெல்லாம் பொருந்த உயர் நிலையில் சுத்த விடயங்க-ளைப் பலநாள் அனுபவிக்கின்ற இன்ப லாபத்தை மறுமையின்ப லாபம் என்றறிய வேண்டும்.

பேரின்பமாவது:- எல்லாத் தேகங்களையும், எல்லாக் கரணங்களையும், எல்லாப் புவனங்களையும், எல்லாப் போகங்களையும், தமது பூரண இயற்கை விளக்கமாகிய

அருட்சத்தியின் சந்நிதி விசேடத்தால் தோன்றி விளங்க விளக்கஞ் செய்விக்கின்ற பூரண இயற்கை உண்மை வடிவினராகிய கடவுளின் பூரண இயற்கை இன்பத்தைப் பெற்று, எக்காலத்தும் எவ்விடத்தும் எவ்விதத்தும் எவ்வளவும் தடைபடாமல் அனு-பவிக்கப்படுகின்ற ஒப்பற்ற அந்தப் பெரிய இன்பத்தைப் பேரின்பமென்றறிய வேண்-டும்.

பேரின்ப லாபமாவது:- யாவுந் தாமாய் விளங்குவதே.

இம்மை இன்பத்தை யடைந்தவர் பெருமை எதுவென் றறிய வேண்டில்:- அன்பு, தயை, ஒழுக்கம், அடக்கம், பொறுமை, வாய்மை, தூய்மை முதலிய சுப-குணங்களைப் பெற்று விடய இன்பங்களை வருந்தி முயன்று அனுபவித்துப் புகழ்-படவாழ்தலென் றறிய வேண்டும்.

மறுமையின்ப லாபத்தை யடைந்தவர் பெருமை யாதென்றறிய வேண்டில்:- அன்பு தயை முதலிய சுப குணங்களைப் பெற்றுச் சுத்த விடய இன்பங்களை எண்ணியபடி தடைபடாமல் முயன்று பலநாளனுபவித்துப் புகழ்படவாழ்தலென் றறிய வேண்டும்.

பேரின்ப லாபத்தை யடைந்தவர் பெருமை எது என்றறிய வேண்டில்:- தோல், நரம்பு, என்பு, தசை, இரத்தம், சுக்கிலம் முதலிய அசுத்தபூத காரியங்களும் அவற்-றின் காரணங்களாகிய அசுத்த பிரகிருதி அணுக்களுமாகிய தேகத்தை மாற்றி, மாற்று இவ்வளவு என்றறியப்படாத உயர்ந்த பொன்னாகிய சுத்த பூதகாரிய சுத்த தேகத்தையும், பொன்வடிவாகத் தோன்றுதல் மாத்திரமேயன்றி ஆகாயம்போல் பரி-சிக்கப்படாத சுத்தபூதகாரண பிரணவ தேகத்தையும் தோன்றப்படுதலுமின்றி ஆகா-யம்போல் விளங்குகின்ற ஞானதேகத்தையும் பெற்றவர்களா யிருப்பார்கள். உள்ளே மண்ணினது திண்மையால் தறிக்கப்படார்கள்; புறத்தே மண் கல் முதலியவற்-றால் எறியினும் அவை அவர் வடிவில் தாக்குவனவல்ல. உள்ளே நீரினது தன்-மையால் குளிரப்படார்கள்; புறத்தே நீரிலழுத்தினும் அவர் வடிவம் அழுந்தாது. உள்ளே நெருப்பினது வெம்மையால் சுடப்படார்கள்; புறத்தே நெருப்பிற் சுடினும் அவர் தேகத்தில் சூடும் வடுவும் தோன்றுவனவல்ல. உள்ளே காற்றினது ஊக்கத்-தால் அசைக்கப்படார்கள்; புறத்தே காற்று அவர் வடிவைப் பரிசித் தசைக்கமாட்-டாது. உள்ளே ஆகாயத்தினது கலப்பினால் அந்தரிக்கப்படார்கள்; புறத்தே ஆகா-யம் அவர் தேகத்தை அந்தரிக்கமாட்டாது. ஆதாரத்திலன்றி நிராதாரத்திலும் அவர் தேகம் உலாவும். அவரது கண்கள் முதலிய ஞானேந்திரியங்களும் வாக்கு முதலிய கர்மேந்திரியங்களும் பார்த்தல் முதலிய விஷயங்களையும் பேசுதல் முதலிய விஷ-யங்களையும் பற்றுவனவல்ல; தயையினால் விஷயங்களைப் பற்றவேண்டில், சுவர் மலை முதலிய தடைகளும் அவர் கண்களை மறைப்பன வல்ல. அண்ட பிண்-டங்களில் அகம் புறம் முதலிய எவ்விடத்துமுள்ள விடயங்களை அவர் கண்கள் இருந்த விடத்திருந்தே கண்டறியும். அண்ட பிண்டங்களி லெவ்விடத்திருந்து பேசி-

னும் அவர் செவிகள் இருந்த விடத்திருந்தே கேட்டறியும். எவ்விடத் திருக்கின்ற ரசங்களையும் அவர் நா இருந்த விடத்திருந்தே சுவைத்தறியும். எவ்விடத்திருக்கின்ற பரிசங்களையும் அவர் மெய் இருந்த விடத்திருந்தே பரிசித்தறியும். எவ்விடத் திருக்கின்ற சுகந்தகங்களையும் அவர் நாசி இருந்த இடத் திருந்தே முகர்ந்தறியும். எவ்விடத்திலிருக்கின்றவர்களுக்கும் அவரது கைகள் இருந்த விடத்திருந்தே கொடுத்தல் கூடும். எவ்விடத்திலும் அவரது கால்கள் இருந்த விடத்திருந்தே நடத்தல் கூடும். அவரது வாக்கு எவ்விடத்திலிருக்கின்ற எவ்வெளர்களோடும் இருந்த விடத்திருந்தே பேசுதல் கூடும். மற்ற இந்திரியங்கள் இருந்த விடத்திருந்தே எவ்விடத்தும் ஆனந்தித்தல் கூடும். மன முதலான கரணங்கள் எப்படிப்பட்ட விஷயங்களையும் பற்றுவனவல்ல; தயவினால் பற்றத் தொடங்கில் எல்லா உயிர்களினது எல்லாச் சங்கற்ப விகற்பங்களையும் ஒரு நிமிடத்தில் ஒருங்கே நினைத்து விசாரித்து நிச்சயித்துக் கொள்ளும். அவரறிவு ஒன்றையும் சுட்டியறியாது; தயவினால் சுட்டியறியத் தொடங்கில் எல்லா அண்டங்களையும் எல்லா உயிர்களையும் எல்லாப் பண்புகளையும் எல்லா அனுபவங்களையும் எல்லா பயன்களையும் ஒருங்கே ஒரு நிமிடத்தில் சுட்டி யறியும். அவர்கள் நிர்க்குணத்தராவார்களல்லது, தாமச இராசத சாத்துவிக முதலிய முக்குணங்களாலும் உள்ளே விகாரப்படார்கள்; புறத்தே அவரது குணங்கள் கரணங்களைப் பற்றுவனவல்ல. உள்ளே பிரகிருதியினால் மூடப்படார்கள்; புறத்தே அவரது பிரகிருதி குணங்களைப் பற்றுவனவல்ல. உள்ளே காலதத்துவத்தால் வேற்றுமைப்படார்கள்; புறத்தே காலத்தால் அவரது திருமேனி தடைபடாது. உள்ளே நியதி அளவால் அளக்கப்படார்கள்; புறத்தே நியதியால் அவரது திருமேனி வரைபடாது. அன்றிக் காலம் வித்தை ராகம் புருடன் முதலிய மற்றைத் தத்துவங்களும் தத்துவ காரியங்களும் அவர்களுக்கு இல்லை. மாயையால் பேதப்படார்கள்; சுத்தமகாமாயையைக் கடந்து அதன்மேல் அறிவுருவாக விளங்குவார்கள். ஆகாரம், நித்திரை, மைதுனம், பயம் என்பவைகளால் தடைபடார்கள். அவர்கள் தேகத்திற்குச் சாயை, வியர்வை, அழுக்கு, நரை, திரை, மூப்பு, இறப்பு முதலிய குற்றங்கள் உண்டானவல்ல. பனி, மழை, இடி, வெயில் முதலியவற்றாலும், இராக்கதர், அசுரர், பூதம், பிசாசு முதலியவற்றாலும், தேவர், முனிவர், மனிதர், நரகர், மிருகம், பறவை, ஊர்வன, தாவரம் என்பவைகளாலும் எவ்விடத்தும் எக்காலத்தும் அவர் தேகம் வாதிக்கப்படாது; வாள் கத்தி முதலிய கருவிகளாலும் கண்டிக்கப்படாது. எல்லா அண்டங்களும் அணுக்கள் போலச் சிறிதாகத் தோற்றலும், எல்லா அணுக்களும் அண்டங்கள் போலப் பெரிதாகத் தோற்றலும் அவர் தேகத்திற்கு உரித்து. இறந்தோரை எழுப்புதல் வார்த்திபரை வாலிபராக்கல் முதலிய கருமசித்திகளும் யோகசித்திகளும் ஞானசித்திகளும் அவர் சந்நிதியில் இடைவிடாது விளங்கும். சிருஷ்டித்தல், காத்தல், அழித்தல், மறைத்தல், அனுக்கிரகித்தல் என்கின்ற கிருத்தியங்களும் அவர்

நினைத்த மாத்திரத்தில் நடக்கும். பஞ்சகர்த்தாக்களும் அவர் கடைக்கண் பார்-வையால் தங்கள் தங்கள் தொழில் நடத்துவார்கள். அவர்கள் அறிவு கடவுளறி-வாக இருக்கும். அவர்கள் செய்கை கடவுள் செய்கையாக இருக்கும். அவர்கள் அனுபவம் கடவுள் அனுபவமாக இருக்கும். சர்வசக்தியு முடையவர்களாய், எக்-காலத்தும் அழிவில்லாதவர்களாய், ஆணவம், மாயை கன்மம் என்னும் மும்மலங்-களும் அம்மலவாதனைகளும் இல்லாதவர்களாய், பேரருள்வண்ண முடையவர்க-ளாய் விளங்குவார்கள். ஜடமாகிய ஒரு துரும்பும் அவரது திருநோக்கத்தால் உயிர் பெற்றுப் பஞ்சகிருத்தியங்களும் செய்யும். அவரது பெருமை வேதாந்த, சித்தாந்த, கலாந்த, போதாந்த, நாதாந்த, யோகாந்தம் என்கின்ற ஆறந்தங்களிலும் விளங்கும்; அவற்றைக் கடந்தும் விளங்குமென்று அறியவேண்டும். இவை பேரின்பலாபத்தை யடைந்தவர் பெருமை யென்று அறிய வேண்டும்.

இம்மூவகை இன்ப லாப வாழ்வையும் எதனால் பெறக்கூடுமென்றறிய வேண்-டில்:- கடவுளின் இயற்கை விளக்கமாகிய அருளின் ஏகதேசத்தைக் கொண்டும் அருட்பூரணத்தைக் கொண்டும் அடையக் கூடுமென்றும் அறியவேண்டும்.

இம்மூவகை இன்பங்களில் 'அருளின் ஏகதேசத்தைக் கொண்டு அடையத்-தக்கவை எவை? அருட்பூரணத்தைக் கொண்டு அடையத்தக்கது யாது?' என்ற-றியவேண்டில்:- இம்மையின்பலாபம் மறுமையின்பலாபம் என்கின்ற இரண்டையும் அருளின் ஏகதேசத்தைக் கொண்டு அடையக்கூடு மென்றும் பேரின்பலாப மென்-கின்ற ஒன்றையும் அருட்பூரணத்தைக் கொண்டு அடையக்கூடு மென்றும் அறிய வேண்டும்.

கடவுளின் இயற்கைவிளக்கமாகிய அருள் எந்த வண்ணத்தை உடையது என்-றறியவேண்டில்:- சொல்லுவார் சொல்லும் வண்ணங்களும், நினைப்பார் நினைக்கும் வண்ணங்களும், அறிவார் அறியும் வண்ணங்களும், அனுபவிப்பார் அனுபவிக்கும் வண்ணங்களும் ஆகிய சர்வசத்தி வண்ணங்களும் தனது ஏகதேச வண்ணங்களாக விளங்க விளக்கி விளங்குகின்ற பூரண விளக்க வண்ணத்தை யுடையது என்று அறிய வேண்டும்.

அந்த அருள் எவ்விடத்து விளங்குகின்ற தென்று அறிய வேண்டில்:- நோக்-குவார் நோக்குமிடம் நோக்கப்படுமிடம், கேட்பார் கேட்குமிடம், கேட்கப்படுமிடம், சுவைப்பார் சுவைக்குமிடம் சுவைக்கப்படுமிடம், முகர்வார் முகருமிடம் முகரப்படு-மிடம், பொருந்துவார் பொருந்துமிடம், பொருந்தப்படுமிடம், பேசுவார் பேசுமிடம், பேசப்படுமிடம், செய்வார் செய்யுமிடம் செய்யப்படுமிடம், நடப்பார் நடக்குமிடம் நடக்கப்படுமிடம், விடுவார் விடுமிடம் விடுக்கப்படுமிடம், நினைப்பார் நினைக்குமி-டம் நினைக்கப்படுமிடம், விசாரிப்பார் விசாரிக்குமிடம், விசாரிக்கப்படுமிடம், துணி-வார் துணியுமிடம் துணியப்படுமிடம், தூண்டுவார் தூண்டுமிடம் தூண்டப் படுமிடம், அறிவார் அறியுமிடம், அறியப்படுமிடம், அனுபவிப்பார் அனுபவிக்குமிடம் அனு-

பவிக்கப்படுமிடம் முதலிய எவ்விடங்களிலும் எக்காலத்தும் விளங்குகின்றதென்று அறியவேண்டும்.

அந்த அருளை எதனாற் பெறக்கூடுமென் றறியவேண்டில்:- சீவகாருணிய ஒழுக்கத்தினாற் பெறக்கூடும் என்றறியவேண்டும்.

சீவகாருணிய ஒழுக்கத்தினால் அருளைப் பெறக்கூடு மென்பது எப்படியென் றறியவேண்டில்:- அருள் என்பது கடவுள் இயற்கை விளக்கம் அல்லது கடவுள் தயவு. சீவகாருணிய மென்பது ஆன்மாக்களின் இயற்கைவிளக்கம் அல்லது ஆன்-மாக்கள் தயவு. இதனால், ஒருமைக் கரணமாகிய சிறிய விளக்கத்தைக் கொண்டு பெரிய விளக்கத்தைப் பெறுதலும் சிறிய தயவைக்கொண்டு பெரிய தயவைப் பெறு-தலும் கூடும். சிறு நெருப்பைக் கொண்டு பெருநெருப்பைப் பெறுதல்போல என்ற-றிய வேண்டும்.

இதனால் சீவகாருணிய ஒழுக்கமே சன்மார்க்கம் என்றறியப்படும். சீவகாருணி-யம் விளங்கும்போது அறிவும் அன்பும் உடனாக விளங்கும்; அதனால் உபகாரசத்தி விளங்கும்; அந்த உபகாரசத்தியால் எல்லா நன்மைகளும் தோன்றும். சீவகாரு-ணியம் மறையும்போது அறிவும் அன்பும் உடனாக நின்று மறையும்; அதனால் உபகாரசத்தி மறையும்; உபகாரசத்தி மறையவே எல்லாத்தீமைகளுந் தோன்றும். ஆகலில் புண்ணியமென்பது சீவகாருணிய மொன்றே என்றும், பாவமென்பது சீவ-காருணிய மில்லாமை யொன்றே என்றும் அறிய வேண்டும். அன்றி, சீவகாருணிய ஒழுக்கத்தினால் வரும் விளக்கமே கடவுள் விளக்கமென்றும், அதனால் வரும் இன்பமே கடவுள் இன்பமென்றும், இவ்விளக்கத்தையும் இன்பத்தையும் பலகால-ரிந்து அடைந்து அனுபவித்து நிறைவு பெற்ற சத்திய ஞானிகளே மேற்குறித்த பேரின்பலாபத்தைப் பெற்ற முத்தர்களென்றும், அவர்களே கடவுளை அறிவால-ரிந்து கடவுள்மயமானவர்க ளென்றும் சத்தியமாக அறியவேண்டும்.

சீவகாருணிய ஒழுக்கத்தின் இலக்கணம் என்னென்று அறிய வேண்டில்:- சீவர்-களுக்குச் சீவர்கள் விஷயத்தில் பொதுவாக உண்டாகின்ற ஆன்ம உருக்கத்தைக் கொண்டு கடவுள்வழிபாடு செய்து வாழ்தல் என்று அறியவேண்டும்.

சீவர்கள் விஷயமாக உண்டாகின்ற ஆன்ம உருக்கத்தைக் கொண்டு கடவுள் வழிபாடு செய்வது எப்படி என்றறியவேண்டில்:- சீவர்களுக்குச் சீவர்கள் விஷயமாக ஆன்ம உருக்கம் - காருணியம் - உண்டாக உண்டாக அந்த ஆன்மாவின் உள்-ளிருக்கின்ற கடவுள் விளக்கமாகிய அருள் வெளிப்பட்டுப் பூரணமாக விளங்கும்; அத்திருவருள் விளங்கவே கடவுள் இன்பம் அனுபவமாகிப் பூரணமாகும். அவ்-வனுபவம் பூரணமாதலே கடவுள்வழிபாடு என்றறிய வேண்டும்.

ஆன்ம உருக்கம் உண்டாக உண்டாக ஆன்மாவின் உள்ளிருக்கின்ற கடவுள்-விளக்கமாகிய அருள் வெளிப்படுவது எப்படியென்றறியவேண்டில்:- தயிருக்கும் கட்டைக்கும் கடைதலால் நெகிழ்ச்சி உண்டாக உண்டாக அதன் அதன் உள்ளி-

ருக்கின்ற வெண்ணெயும் நெருப்பும் வெளிப்படுவதுபோல் வெளிப்படுமென்று அறி-யவேண்டும்.

திருவருள் விளங்க அதனால் கடவுள் இன்பம் அனுபவமாகிப் பூரணமாவது எப்படியென் றறியவேண்டில்:- வெண்ணெயும் நெருப்பும் வெளிப்படவே அவற்றின் உண்மைத் தன்மை அனுபவமாகிப் பூரணமாவது போல், கடவுள் இன்பம் பூரண-மாகுமென் றறியவேண்டும்.

சீவர்களுக்குச் சீவர்கள் விஷயமாக ஆன்ம உருக்கம் எப்போது வெளிப்படு-மென் றறியவேண்டில்:- பசி, கொலை, பிணி, ஆபத்து, தாகம், பயம், இன்மை, இச்சை இவைகளால் சீவர்கள் துக்கத்தை அனுபவிக்கக் கண்டபோதும் கேட்ட-போதும் அறிந்தபோதும் ஆன்ம உருக்கம் உண்டாகுமென் றறியவேண்டும்.

பசி என்பது, ஆகாரம் பொறாமையால் வயிற்றினுட் பற்றிநின்று தேகத்தின் அகத்தும் புறத்தும் உள்ள கருவி கரணங்களின் தன்மைகளைச் சுடுதல் செய்து அறிவை மெலிவித்து ஆன்மாவை வெளிப்படுத்துவித்தற்கு முதற்காரணமாகிய விகற்ப மாயாகாரியப் பிண்டப்பகுதி நெருப்பு. கொலை என்பது, தேகத்தின் அகத்-தும் புறத்தும் உள்ள கருவி கரணங்களைப் பல்வேறு கருவி கரணப் புடைபெ-யர்ச்சிகளால் பதைப்புண்டாகக் கலக்கஞ்செய்து அறிவை மெலிவித்து ஆன்மாவை வெளிப்படுத்துவித்தற்கு நிமித்தமாகிய விகற்ப பூதகாரியக் கொடுந்தொழில், பிணி என்பது, வாத பித்த சிலேட்டும விகற்பங்களால் மாறுபட்டு, தேகத்தின் அகத்தும் புறத்தும் உள்ள கருவி கரணங்களை நலிவுசெய்து அறிவை மெலிவித்து ஆன்-மாவை வெளிப்படுத்துவித்தற்கு நிமித்தமாக நின்ற விகற்ப மாயாகாரியப் பிண்-டப் பகுதி வேற்றுமை விளைவு. ஆபத்து என்பது, அகங்காரத்தாலும் மறதியாலும் கரும வேறுபாட்டாலும் தேகபோக அனுபவங்களைத் தடுக்கின்ற விக்கினங்கள். பயம் என்பது, தேக முதலிய கருவிகளுக்கு நட்டஞ் செய்வதாகிய விடயங்-கள் நேரிட்டபோது கரணங்களுக்கும் அறிவுக்கும் உண்டாகின்ற நடுக்கம். இன்மை என்பது, கல்வி செல்வம் முதலிய கருவிகளைத் தற்சுதந்திரத்திற் பெறாமை. இச்சை என்பது அடையக் கருதிய விடயங்களில் அருமை குறித்து அவற்றை மேன்மேலும் கருதச் செய்கின்ற சித்தவிருத்தி என்று அறியவேண்டும்.

இவற்றுள் பசி கொலை என்பவை இம்மைஇன்பம், மறுமை இன்பம், பேரின்பம் என்கிற மூன்றையும் தடுத்தலால் முதற்பட்ட தடையென்றும்; பிணி, பயம், ஆபத்து, இன்மை என்பவை இம்மை மறுமை இன்பங்களைச் சிறிது தடுத்தலால் இடைப்-பட்ட தடை என்றும், ஆசை இம்மைஇன்பத்தைச் சிறிதுதடுத்தலால் கடைப்பட்ட தடை என்றும் அறியவேண்டும்.

சீவகாருணியத்தின் வல்லபம் யாதென்றறியவேண்டில்:- பிற உயிர்களிடத்துப் பசி கொலை முதலியவற்றுள் எதனாற் காருணியந் தோன்றியதோ அதனால் அவ்-வுயிர்கள் வருந்தாதபடி அதை நீக்குதற்கு முயல்விப்பது அதன் வல்லபமென் றறி-

யவேண்டும்.

சீவகாருணித்தின் பிரயோசனம் யாதென்றறியவேண்டில்:- உயிர்களுக்கு இன்பம் உண்டுபண்ணுவது அதன் பிரயோசனம் என்றறியவேண்டும்.

இந்தச் சீவகாருணியத்தின் சொரூப ரூப சுபாவ வியாபக முதலியவைகள் மூன்றாவது பிரிவில் கண்டு கொள்ளப்படும்.

திருச்சிற்றம்பலம்

இரண்டாவது பிரிவு முற்றிற்று

3

மூன்றாவது பிரிவு

சீவகாருணியமாகிய ஆன்ம உருக்கம் உண்டாவதற்கு உரிமை எது என்றறிய-
வேண்டில்:- சீவர்களெல்லாம் ஒரு தன்மையாகிய கடவுளியற்கை உண்மை ஏகதே-
சங்களாகிக் கடவுளருட்சத்தியால் பூதகாரிய தேகங்களில் வருவிக்கப்பட்டபடியால்
இச்சீவர்களெல்லாம் ஒருரிமை இனத்தவர்களே யாகும். சகோதரர்களுள் ஒருவர்
ஒரு ஆபத்தால் துக்கப்படுவதைக் கண்டபோதும் கேட்டபோதும் அறிந்தபோதும் -
அவர் தேகம் தமது சகோதர தேகமென்று தெரிந்துகொண்ட - மற்றொரு சகோத-
ரருக்கு உருக்கமுண்டாவது தேக உரிமையால் என்று அறிவதுபோல், ஒரு சீவன்
ஒரு ஆபத்தால் துக்கப்படுவதைக் கண்ட போதும் கேட்டபோதும் அறிந்தபோ-
தும் அந்த சீவனைத் தமது ஆன்ம இனம் என்று தெரிந்து கொண்ட மற்றொரு
சீவனுக்கு உருக்கமுண்டாவது ஆன்மஉரிமை என்றறியவேண்டும்.

சீவர்கள் துக்கப்படுவதைக் கண்டபோதும் சிலர் சீவகாருணியமில்லாமல் கடின
சித்தர்களாக இருக்கின்றார்களே, இவர்களுக்கு ஆன்ம உரிமை இல்லாமற்போவது
என்னென் றறியவேண்டில்:- துக்கப்படுகின்ற சீவரைத் தமது ஆன்ம இனமென்றும்
துக்கப்படுகின்றாரென்றும் துக்கப்படுவாரென்றும் அறியத்தக்க ஆன்ம அறிவு என்-
கின்ற கண்ணானது அஞ்ஞான காசத்தால் மிகவும் ஒளிமழுங்கின படியாலும்
அவைகளுக்கு உபகாரமாகக் கொண்ட மனமுதலான உபநயனங்களாகிய கண்ணா-
டிகளும் பிரகாசப் பிரதிபலித மில்லாமல் தடிப்புள்ளவைகளாக இருந்தபடியாலும்
கண்டறியக் கூடாமையாயிற்று. அதனால் ஆன்மஉரிமை இருந்தும் சீவகாருணிய-
மில்லாமல் இருந்ததென் றறியவேண்டும்.

ஆனால் இந்த ஆன்மஉருக்கம் என்கின்ற சீவகாருணியத்திற்கு ஆற்றல் எவ்-
விடத்து உண்டாகுமென்று அறியவேண்டில்:- பசி கொலை பிணி முதலிய தடைக-
ளில் எந்தத் தடைபற்றி சீவகாருணியந் தோன்றியதோ அந்தத் தடையை நிவர்த்தி
செய்கின்ற விடத்துத்தான் சீவகாருணியத்திற்கு ஆற்ற லிருந்ததென்று அறிய-

வேண்டும்.

இதனால், 'சீவர்களுக்குப் பசி கொலை பிணி முதலியவற்றால் வருந் துன்பங்களெல்லாம் மனம் கண் முதலிய கரணேந்திரிய அனுபவங்களேயல்லது ஆன்ம அனுபவங்களல்ல; ஆகலில் சீவகாருணியத்தால் விசேஷ பிரயோசனமில்லையே' என்பார்க்கு உத்தரம் யாதென்றறிய வேண்டில்:- இந்தத் தேகத்தில் ஆன்மாவும் அறிவுக்கறிவா யிருக்கிற கடவுள்விளக்கமுந் தவிர, கரணம் இந்திரியம் முதலிய மற்றத் தத்துவங்களெல்லாம் மூடமாகிய கருவிகளேயல்லது அறிவாகிய ஆன்மாக்களல்ல. ஆகலில் சுகதுக்கங்களை அறிவாகிய ஆன்மாக்கள் அனுபவிக்குமே யல்லது மூடமாகிய தத்துவங்கள் அனுபவிக்க அறியா. மனமுதலாகிய கரணங்களும் கண்முதலாகிய இந்திரியங்களும் சீவர் வாழ்க்கைக்குக் கடவுள் அருளால் கட்டிக் கொடுக்கப்பட்ட சிறிய வீட்டின் கருவிகளாகும். இன்ப துன்பங்களை வீட்டிலிருக்கின்றவன் அனுபவிப்பானல்லது வீட்டின் கருவிகளாகிய மண் கல் மரம் கால் தீ நீர் முதலியவைகள் அனுபவிக்க அறியமாட்டா.

அன்றியும் காசத்தினால் ஒளிமழுங்கப்பட்டு உபநயனங்களாகிய கண்ணாடியால் பார்க்கின்ற கண்கள் துன்ப விஷயத்தைக் கண்டபோது அக்கண்கள் நீர் சொரியுமே யல்லது கண்ணாடி நீர் சொரியாது. ஆகலில் ஆன்ம திருஷ்டிக்கு உபநயனங்களாக விருக்கிற மனமுதலிய கருவிகள் சுகதுக்கங்களை அனுபவிக்க அறியா வென்றறிய வேண்டும். ஒரு சீவனுக்குச் சுகம் நேரிட்டபோது மனம் மகிழ்கின்றது. துக்கம் நேரிட்டபோது மனந் தளர்கின்றது. என்றால் சுகதுக்கங்களை அம்மனம் அனுபவிப்பதாக அறியப்படாதோ என்பவர்க்கு உத்தரம் யாதென் றறியவேண்டில்:- பளிங்கு வீட்டினுள் இருக்கின்ற வீட்டுத் தலைவனுடைய தேகவிளக்கமும் தேகச்சோர்வும் அந்த வீட்டிற் பிரதிபலித்துப் புறத்தில் தோன்றுவது போலவும், கண்களின் மலர்ச்சியுஞ் சோர்வும் அக்கண்களிலிட்ட உபநயனங்களில் பிரதிபலித்துப் புறத்தில் தோன்றுவது போலவும், சுகதுக்கங்களால் ஆன்மாவுக்கு உண்டாகின்ற மகிழ்ச்சியும் தளர்வும் மனம் கண் முதலிய கரணேந்திரியங்களிற் பிரதிபலித்துப் புறத்தில் தோன்றுகின்றது.

அன்றியும், ஒரு வீட்டினுள் வைத்த தீபமானது மிகுந்த விளக்கமுள்ளதாக விளங்குகின்றபோது அந்த வீடும் அந்த வீட்டின் கருவிகளும் மிகவும் விளக்கமுள்ளதாக விளங்குகின்றன. அந்தத் தீபம் விளக்கம் குறைகின்றபோது வீடும் வீட்டிலுள்ளவைகளும் விளக்கம் குறைகின்றன.

ஆகலில், சுகதுக்கங்கள் மனத்துக்கு அனுபவமல்ல வென்றும் ஆன்மாவுக்கே அனுபவமென்றும், அனுபவத்திற்குக் கரணேந்திரியங்கள் ஆன்மாவிற்கு உபகாரக் கருவிகள் என்றும் பிரமாணிப்பதே உத்தரமென் றறியவேண்டும்.

கடவுளால் சிருஷ்டிக்கப்பட்ட சீவர்களில் அனேகர் பசி கொலை பிணி முதலியவற்றால் மிகவுந் துன்பப்படுவது எதனாலென்றறிய வேண்டில்:- முன் தேகத்

தில் சீவகாருணிய ஒழுக்கத்தை விரும்பாமல் விட்டுக் கடின அறிவுள்ளவர்களாகித் துன்மார்க்கத்தில் நடந்த சீவர்களாதலால் கடவுள் விதித்த அருளாக்கினைப்படி பசி கொலை பிணி முதலியவற்றால் மிகவுந் துன்பப்படுகின்றார்களென் றறியவேண்டும்.

முன்தேகம் உண்டென்பது எப்படியென் றறியவேண்டில்:- ஒரு வீட்டில் குடிக்- கூலி கொடுத்துக் குடியிருக்க வந்த ஒரு சமுசாரி அதற்கு முன்னும் வேறொரு வீட்டில் குடிக்கூலி கொடுத்துக் குடித்தனம் செய்திருந்தானென்றும், வீடில்லாமல் குடித்தனம் செய்ய மாட்டானென்றும், பின் வந்த வீட்டிலும் கலகம் நேரிட்டால் திரும்ப வேறொரு வீட்டில் குடிபோவா னென்றும், தனக்கென்று சுதந்தரமாக ஒரு வீடு கட்டிக்கொண்டால் முன்போல் குடிக்கூலி கொடுத்துக் குடிபோவதைத் தவிர்வா னென்றும் அறிவதுபோல; இந்தத் தேகத்தில் ஆகாரக்கூலி கொடுத்துக் குடியி- ருக்க வந்த சீவன் இதற்கு முன்னும் வேறொரு தேகத்தில் அந்தக்கூலி கொடுத்துச் சீவித்திருந்தா னென்றும், தேகமில்லாமல் சீவித்திருக்க மாட்டானென்றும், இந்தத் தேகத்திலும் கலகம் நேரிட்டால் இன்னும் வேறொரு தேகத்திற் குடிபோவா னென்- றும், தனக்கென்று சுதந்தரமாக நித்தியமாகிய அருட்டேகத்தைப் பெற்றுக்கொண்- டால் பின்பு வேறொரு தேகத்தில் குடிபோக மாட்டானென்றும் அறியவேண்டும்.

சிலர் முன்தேகம் எடுத்ததும் பின்தேகம் எடுப்பதும் இல்லை. இப்பொழுது எடுத்த தேகம் அழிந்தால் தேகியும் அழிந்துவிடுவானென்றும், சிலர் முத்தியடைவா னென்றும், சிலர் பாவ புண்ணியங்களை எக்காலத்தும் அனுபவிப்பா னென்றும், சிலர் தேகம் இல்லாமல் தேகம் அழிந்தவிடத்தி லிருப்பானென்றும் பலவாறு வாதிப்பது எதனாலென்றறியவேண்டில்:- அவரவர்களும் தேகமே ஆன்மாவென்றும் போகமே முத்தியென்றும் கொள்ளப்பட்ட லோகாயத மதத்தாரது கொள்கைக்குச் சம்பந்தப்பட்டவர்க ளாதலால், மூடமாகிய தேகத்தில் அறிவாகிய ஆன்மா ஒருவன் உண்டென்றும் அவனுக்குப் பந்த முத்தி உண்டென்றும் முத்தியடைகின்ற பரியந்தம் பந்த விகற்பத்தால் வேறுவேறு தேகத்தை எடுப்பானென்றும் பிரத்யட்ச அனுமான முதலிய பிரமாணங்களால் உண்மையை அறிந்துகொள்ள மாட்டாதவர்க ளென்றும், அவர்கள் கொள்கைக்குப் பிரமாணமும் யுக்தியும் அனுபவமும் இல்லை யென்றும் அறியவேண்டும்.

இல்லை யென்பது எப்படி யென் றறியவேண்டில்:- சீவர்கள் தங்கள் தங்கள் சுதந்தரத்தாலே தேக போகங்களை யடைகின்றார்களென்றால், தங்கள் தங்கள் இச்- சைக் கடுத்த தேகங்களையும் போகங்களையும் அடையவேண்டும். அப்படி யின்றிச் சிலர் இச்சைக்கடுத்த பழுதற்ற அங்கமுள்ளவர்களாகவும் சுகங்களை யனுபவிக்- கின்றவர்களாகவும் சிலர் இச்சைக்குஅடாத பழுதுள்ள அங்கமுள்ளவர்களாகவும் துக்கங்களை அனுபவிக்கின்றவர்களாகவும் இருக்கின்றார்கள். ஆகலில், சீவர்கள் தேகபோகங்களைத் தங்களிச்சையால் அடைந்தவர்களல்லவென்றும்; அவரவர்கள் அப்படி அப்படி யடைவது இயற்கை என்றால், இயற்கை என்பது எக்காலத்தும்

வேறுபடாமல் ஒரு தன்மையாக இருத்தல் வேண்டும் அப்படி ஒரு தன்மையாக இராமல் பல வேறுவகைப்படுதலால் இயற்கையல்ல வென்றும்; கடவுள் இச்சை யென்றால் கடவுள் கருணையும் நீதியும் உடையவராதலில் எல்லாச் சீவர்களுக்கும் ஒரு தன்மையாகச் சுக அனுபவங்களையே அடைவிக்கவேண்டும்; அப்படி யடை-விக்காமையால் கடவுளிச்சை யல்ல வென்றும்; கடவுளருளால் சிருஷ்டித்த முதல் சிருஷ்டியில் தமது இயற்கையின்பத்தை அடையும்படி விதித்த விதிகளைப் பழமை-யாகிய மல வாசனையால் முயற்சி தவறினபடியால், அந்த அநாதிமல வாசனை-யின் முயற்சி பேதங்களால் பின் பல தேச போகங்கள் இரண்டாவது சிருஷ்டியில் நேரிட்ட தென்றும் பிரமாணித் தறிய வேண்டும்.

எடுத்துக்கொண்ட தேகம் தவறினால் வேறு தேகம் எடுப்பதில்லையென்றால், முதல் சிருஷ்டி தொடங்கி இதுவரையில் அழிந்த தேகங்களுக்கு அளவில்லை. அப்படியே ஆன்மாக்களுக்கும் அளவில்லை; ஆகவே இனி ஆன்மாக்கள் தேகங்-களை எடுக்காமலிருக்க வேண்டும். அப்படியில்லை; தேகங்களை எடுத்துக்-கொண்டே யிருக்கிறார்கள். ஆயின் ஆன்மாக்களை நூதன நூதனமாகச் செய்து அது அதற்கு நூதன நூதனமாகத் தேகங்களை வருவிப்பதென்றால்; நூதன நூதன-மாகத் தேக மாத்திரம் செய்யக்கூடும்; தேகத்துள்ளிருக்கிற ஆன்மாவை நூதன-மாகச் செய்யப்படாது; ஆன்மா எக்காலத்தும் உள்ளதாய் விளங்கப்பட்டது. அது தோன்றுதலும் அழிதலுமில்லை. அதை ஆக்கவும் அழிக்கவும் படாது. ஆன்-மாக்களும் குடத்தைப்போல் செய்யப்பட்ட தானால், சுக துக்கங்களை அனுப-விக்க அறியாது, புண்ணிய பாவங்களை அடைய மாட்டாது. குடம் அழிவதுபோல் அழிந்து போய்விடும். அழியுமானால், பந்த முத்திகளுமில்லை; புண்ணிய பாவங்-களு மில்லை. ஆகலால் குடம் உடைகின்ற போது குடத்தினுள் இருந்த காற்-றும் ஆகாயமும் உடையாமலிருப்பது சிறுவர்களுக்கும் தெரியும். ஆகலில் தேகம் அழியும் போது தேகத்தினுள் இருக்கின்ற ஆன்ம விளக்கமும் கடவுள் விளக்-கும் அழியாதென்றும், ஆன்மாக்கள் முயற்சி பேதத்தால் தேக போக பேதங்களை யடைவது உண்மையென்றும் யுக்தியால் அறியவேண்டும்.

ஒரு தாய்தந்தைகளுக்கு ஒரு காலத்தில் இரட்டைப் பிள்ளை பிறக்கின்றது. அவற்றில் ஒரு பிள்ளை சிவந்தது. ஒரு பிள்ளை கறுத்தது. ஒரு பிள்ளை அங்கப் பழுதுள்ளது, ஒரு பிள்ளை அங்கப்பழுதில்லாதது; ஒரு பிள்ளை பால் குடிக்-கின்றது, ஒரு பிள்ளை பால் குடிக்கில் சத்தி* பண்ணுகின்றது. ஒரு பிள்ளை வியாதியுள்ளது. ஒரு பிள்ளை வியாதியில்லாதது; ஒரு பிள்ளை இரண்டு வயதில் பேசுகின்றது. ஒரு பிள்ளை பேசத் தெரியாம லிருக்கின்றது. இந்த இரட்டைப் பிள்-ளைகளுக்கு இந்த பேதம் இவ்விடத்தில் யாதொரு ஏதுக்களு மில்லாமல் வந்ததை ஊன்றி விசாரிக்கில், முன் பிறப்பில் எடுத்த தேகத்தின் கர்மமாகிய முயற்சி பேதங்-களென்றும்; இந்த இரட்டைப் பிள்ளைகளுக்கு மூன்று வயதில் விளையாடும்-

போது தாய்தந்தைகள் தனித்தனி கொடுத்த தின்பண்டங்களை வைத்துத் தின்னுகிற தருணத்தில், இவ்விரண்டு பிள்ளைகளும் தவிர வேறு பிள்ளையொன்று வந்தால் அதைக் கண்டு இவ்விருவரில் ஒரு பிள்ளை தன் கையிலிருக்கின்ற தின்பண்-டத்தைக் கொடுக்கின்றது. மற்றொரு பிள்ளை கொடுக்கப்படாதென்று தடுக்கின்றது. ஒரு பிள்ளை புத்தகத்தை எடுத்துச் சிறுவர் படிக்கின்றது போல் படிக்கின்றது, மற்-றொரு பிள்ளை புத்தகத்தைப் பிடுங்கியெறிந்து படிக்கப்படாதென்று அடிக்கின்றது. ஒரு பிள்ளை பயப்படுகின்றது. மற்றொரு பிள்ளை பயப்படாம லிருக்கின்றது. இப்-படியே இந்தப் பிள்ளைகளுக்குத் தயை அன்பு அறிவு செய்கை முதலியவைகள் தாய் தந்தையர்கள் கற்பியாத காலத்திற்றானே உள்ளதாகவும் இல்லதாகவும் எப்படி வந்ததென்று ஊன்றி விசாரிக்கத் தொடங்கில் இந்த இரண்டு பிள்ளைகளுக்கும் முன் பிறப்பில் எடுத்த தேகத்திலிருந்த வாசனை இந்தப் பிறப்பில் இந்தத் தேகத்தில் கற்பியாமல் வந்ததென்றும் அனுபவத்தால் கருதி யறியவேண்டும். இப்படி யறிந்-தால் சீவர்களுக்கு முன்னும் பின்னும் தேகமுண்டென்பது நன்றாகத் தெரியும். இப்-படி யறியமாட்டாமையால் பிறப்பில்லை என்கின்றார்களென் றறியவேண்டும்.

அன்றி, இந்தத் தூலதேகம் அழியாமலிருக்கிறபோதே சொப்பனத்தில் ஆன்மா வேறு தேகமெடுத்துப் பல பல விசித்திரங்களையனுபவிக்கின்ற தானால், இந்தத் தேகம் நீங்கும் போது வேறு தேகமெடுத்து வாசனைக் கடுத்த அனுபவங்களை அனுபவிக்கு மென்பதைச் சொல்லவேண்டுவ தில்லை. அன்றி, சித்தி விசேஷத்-தால் இந்தத் தேகத்திலிருந்த ஒருவன் இந்தத் தேகத்தைவிட்டு வேறு தேகத்திற்குப் பிரவேசிக்கின்றான் என்றால், இந்தத் தேகம் அழியும்போது இதிலிருந்த ஆன்மா கன்ம பேதத்தால் வேறு தேகத்தில் பிரவேசிக்கு மென்பதைச் சொல்ல வேண்டுவ-தில்லை.

அன்றி, ஒரு பட்சியானது கால வேற்றுமையாலும் குண வேற்றுமையாலும் முன் முட்டை என்கின்ற ஒரு தேகத்திலிருந்து பின்பு குஞ்சு என்கின்ற மற்றொரு தேகத்தில் வருகிறதானால், ஆன்மாக்கள் கர்ம பேதத்தால் இந்தத் தேகத்திலிருந்து வேறு தேகத்தில் வருமென்பது சொல்லவேண்டுவதில்லை. அன்றி, ஒரு குளவியால் ஒரு கிருமி புழுவென்கின்ற தேகத்திலிருந்து குளவியென்கின்ற தேகத்தில் வருமே-யானால், கருமத்தினால் ஒரு ஆன்மா ஒரு தேகத்திலிருந்து மற்றொரு தேகத்தில் வருமென்பதைச் சொல்லவேண்டுவதில்லை.

அன்றி, ஒரு ஆன்மா ஒரு பிறப்பிற்றானே சிசுதேகத்திலிருந்து பாலதேகத்திலும் பாலதேகத்திலிருந்து வாலிபதேகத்திலும் வாலிப தேகத்திலிருந்து வார்த்திப தேகத்-திலும் வருமானால், அந்த ஆன்மா கன்மபேதத்தால் வேறு பிண்டதேகத்தில் வரு-மென்பதைச் சொல்ல வேண்டுவதில்லை. அன்றி, மந்திர தந்திர பேதத்தால் ஒரு பிறப்பிற்றானே பெண் தேகத்திலிருந்து ஆண் தேகத்திலும் ஆண்தேகத்திலிருந்து பெண்தேகத்திலும் ஆன்மாக்கள் வருமானால், கர்மபேதத்தால் வேறு தேகம் எடுக்-

கும் என்பது சொல்ல வேண்டுவதில்லை.**

அன்றி, ஒரு தாவர தேகத்திலிருந்த ஆன்மாவானது அந்தத் தேகத்திற்றானே மரகதக்கிருமி என்கின்ற புழுதேகத்தில் வருகின்றது. அன்றி, ஓர் எறும்பானது அந்தத் தேகத்திலிருந்தே பிபீலிக பட்சி என்கின்ற தேகத்தில் வருகின்றது. அன்றி ஓர் பாம்பானது அந்தத் தேகத்திலிருந்தே சர்ப்ப பட்சியென்கின்ற வேறொரு தேகத்தில் வருகின்றது.

இப்படியே மனிதர் மிருகம் பறவை ஊர்வன நீர்வாழ்வன தாவர முதலிய அந்தந்தத் தேகங்களிலிருக்கின்ற ஆன்மாக்கள் அந்தந்தத் தேகத்திலிருந்தே வேறு தேகங்களை யெடுக்கின்றனவானால், அந்தந்தத் தேகங்க எழியும்போது வேறு தேகங்க ளெடுக்குமென்பது சொல்லவேண்டுவதில்லை.

சிலர் 'முன்தேகம் உண்டென்பது உண்மையானால், அந்தத் தேகத்தில் நீ யார்? உன் சரிதமெது? சொல்' என்கின்றார்களே; அவர் கேள்விக்கு உத்தரம் என்னென்-றறிய வேண்டில்:- எழுபது வயதுள்ள ஒருவனைப் பார்த்து 'உனக்கு ஐந்து வயதில் உன்சரித்திரம் என்ன' வென்று கேட்டபோது, 'நேற்றைப் பொழுதில் நடந்த என் சரித்திரம் இன்றைப் பொழுதில் அவஸ்தையால் சொல்லத் தெரியாது விழிப்பே னென்றால், என் ஐந்து வயதின் சரித்திரத்தை எப்படிச் சொல்ல மாட்டுவேன்? நீ எப்படிக் கேட்கக்கூடும்?' என்கின்றான். ஒரு பிறப்பில் நடந்த அவனது சரித்தி-ரங்களையே அவஸ்தை பேதங்களால் அறிந்து சொல்ல மாட்டாமல் திகைப்புண்-டான் தென்றால், முன் தேகத்தில் நடந்த சரித்திரங்களை அநேக அவஸ்தையில் திகைக்கின்ற நாம் எப்படியறிந்து சொல்லக் கூடும் என்பதே உத்தரம் என்றறிய-வேண்டும்.***

சீவர்கள் முன்தேகத்திலே செய்த புண்ணிய பாவ கர்மங்கள் இந்தத் தேகத்தி-லும் வரும் என்பது எப்படி என்று அறிய வேண்டில்:- ஒரு சமுசாரி முன் குடித்-தனஞ் செய்திருந்த வீட்டில் துன்மார்க்கர்களை வருவித்து அவர்களோடு கூடிப்பழ-கியிருந்தானானால், அந்தச் சமுசாரி அந்த வீட்டை விட்டு வேறொரு வீட்டுக்குக் குடிவந்த காலத்திலும் அந்தத் துன்மார்க்கர்கள் அந்த வீட்டிலும் வந்து அவனுடன் பழக்கஞ் செய்வார்கள். அதுபோல, ஒரு சீவன் முன் குடியிருந்த தேகத்தில் பாவ கர்மங்களை விரும்பிச் செய்திருந்தானானால், அந்தச் சீவன் வேறொரு தேகத்தில் வந்தபோது அந்தப் பாவ கர்மங்கள் அந்தத் தேகத்திலும் வந்து அந்தச் சீவனைச் சேருமென்றும் புண்ணிய கர்மங்களும் இப்படியே என்றும் அறியவேண்டும்.

முன்பிறப்பில் சீவகாருணிய ஒழுக்கத்தை விட்டுத் துன்மார்க்கத்தில் நடந்த சீவர்களை இந்தப் பிறப்பில் பசி தாகம் முதலியனவற்றால் துக்கப்படச் செய்வது கடவுள் அருளாக்கினை நியதி என்றால், அந்தச் சீவர்கள் விஷயத்தில் தயவு வைத்து ஆகாரம் முதலியவை கொடுத்து அவர்கள் துக்கத்தை மாற்றுவது கடவுள் அருளாக்கினைக்கு விரோதமாகாதோ என்கின்ற சிறிய கேள்விக்கு உத்தரம் எது

என்று அறிய வேண்டில்:- அரசன் தன் கட்டளைக்கு முழுதும் விரோதித்துக் கால்களுக்கு விலங்கிடப்பட்டுச் சிறைச்சாலையி லிருக்கின்ற பெரிய குற்றவாளிக-ளுக்கும் தன் சேவர்களைக் கொண்டு ஆகாரங் கொடுப்பிக்கின்றான். அதுபோல், கடவுள் தம் கட்டளைக்கு முழுதும் விரோதித்துப் பலவகையால் பந்தம் செய்யப்-பட்டு நரகத்தில் இருக்கிற பாவிகளுக்கும் தம் பரிவார தேவர்களைக் கொண்டு ஆகாரங் கொடுப்பிக்கின்றார். அரசன் தன் கட்டளைப்படி நடவாமல் வேறு-பட்ட சாதாரணக் குற்றவாளிகளைத் தன்னால் அவர்கள் பெறத்தக்க லாபத்தைப் பெறவொட்டாமல் உத்தியோகத்தினின்றும் நீக்கி, அவர்களுக்கு நல்லறிவு வரு-கிற நிமித்தம் அவ்விடத்தை விட்டு வேறிடத்திற்கு வெளிப்படுத்துகின்றான். அவர்-கள் உத்தியோகம் இழந்தபடியால், சுகபோஜனம் முதலிய போகங்களையும் இழந்து ஊர்ப்புறங்களில் போய் ஆகாரம் முதலியவை குறித்து அலைந்து வருந்துகின்றார்-கள். அப்போது, தயவுள்ளவர்கள் கண்டு ஆகாரம் முதலியவை கொடுக்கின்றார்-கள். அதை அரசன் கண்ட காலத்திலும் கேட்டகாலத்திலும் ஆகாரம் கொடுத்-தவர்களைத் தயவுள்ள நல்ல சமுசாரி என்று சந்தோஷ்த்து மேலான நிலையில் வைத்து உபசரிக்கின்றா னல்லது கோபிக்கவில்லை. அதுபோல, கடவுள் தம் கட்-டளைப்படி நடவாத சாதாரண குற்றமுடைய சீவர்களைத் தமது சக்தியால் அவர்கள் பெறத்தக்க இன்பங்களைப் பெற வொட்டாமல் தாம் கொடுத்த செளக்கிய புவன போகங்களை விடுவித்து, அந்தச் சீவர்களுக்கு நல்லறிவு வருவிக்கும் நிமித்தம் அந்தத் தேகத்தினின்றும் நீக்கி வேறொரு தேகத்தில் விடுகின்றார். அந்தச் சீவர்-கள் செளக்கிய புவன போகங்களை இழந்தபடியால், செளக்கிய போஜனம் முதலி-யவற்றையும் இழந்து வேறு வேறு இடங்களில் ஆகாரம் முதலியவை இல்லாமல் வருந்துகின்றபோது, தயவுள்ளவர்கள் அந்த வருத்தத்தைக் கண்டு ஆகாரம் முத-லியவை கொடுக்கின்றார்கள். அப்படிக் கொடுக்கின்றவர்களை நல்ல தயவுள்ள-வர்கள், மேன்மேலும் சுகத்தை அடையக் கடவர்கள் என்று சந்தோஷ்த்து மேல்-நிலையில் வைத்து உபசரிப்பாரல்லது கோபிக்க மாட்டார். ஆதலால், கடவுள் அருளாக்கினைக்குச் சீவர்களிடத்தில் சீவர்கள் தயவு வைத்து உபசரிப்பதே சம்ம-தமென்று உண்மையறிந்து சொல்லுவதே உத்தரமென்று அறியவேண்டும்.

இந்தச் சீவகாருணிய ஒழுக்கத்தால் இகலோக ஒழுக்கம் விளங்குகின்றது. இல்-லையாகில், இகலோக ஒழுக்கம் எவ்வளவும் விளங்க மாட்டாது. சீவகாருணி-யம் இல்லாதபோது அறிவும் அன்பும் தோன்றா. அவை தோன்றாதபோது கண்-ணோட்டமும் ஒருமையும் உபகாரமும் விளங்கா. அவை விளங்காதபோது வலிய சீவர்களால் எளிய சீவர்கள் ஒழுக்கம் பொறாமை முதலானவையால் தடைப்பட்டு அழிந்துபோம். பின்பு வலிய சீவர்கள் ஒழுக்கங்களும், மதத்தினால் தாமச ஒழுக்-கங்களாகி மாறுபட்டு அழிந்து போகும். சீவகாருணிய ஒழுக்கம் சிறிதும் இல்லாத புலி சிங்கம் முதலிய மிருகங்கள் வழங்குகின்ற காட்டில் இகலோக ஒழுக்கம் வழங்-

கவே இல்லை. சீவகாருணியம் இல்லாத மனிதர்கள் வழங்குமிடத்திலும் இகலோக ஒழுக்கமும் வழங்கவே மாட்டாதென்று அறியவேண்டும். பரலோக ஒழுக்கமும் சீவகாருணியத்தால் வழங்குகின்றது. அது இல்லையாயின் பரலோக ஒழுக்கமும் வழங்க மாட்டாது. சீவகாருணியம் இல்லாதபோது அருள் விளக்கம் தோன்றாது. அது தோன்றாதபோது கடவுள்நிலை கைகூடாது. அது கூடாதபோது முத்தியின்பம் ஒருவரும் அடையவே மாட்டார்கள். அடையாத பட்சத்தில் பரலோக ஒழுக்கம் வழங்கவே மாட்டா தென்று அறியவேண்டும்.

சீவகாருணிய ஒழுக்கம் மிகவும் வழங்காமையால் துஷ்டப் பிறவிகளே பெருகித் தீய ஒழுக்கங்களே மிகவும் வழங்குகின்றன. முன்தேகத்தில் சீவகாருணியம் இல்லாத பாவ சீவர்கள் எல்லாம் அவரவர் பாவச் செய்கைக்குத் தக்கபடி, சிலர் நரகவாசிகளாகவும், சிலர் சமுத்திரவாசிகளாகவும், சிலர் ஆரண்யவாசிகளாகவும், சிலர் புலி, கரடி, சிங்கம், யாளி, யானை, கடமை, கடா, பன்றி, நாய், பூனை முதலிய துஷ்ட மிருகங்களாகவும், சிலர் காக்கை கழுகு முதலிய பட்சி சண்டாளங்களாகவும், சிலர் பாம்பு தேள் முதலிய துர்ச்செந்துக்களாகவும், சிலர் முதலை சுறா முதலிய கடின செந்துக்களாகவும், சிலர் எட்டி கள்ளி முதலிய அசுத்த தாவரங்களாகவும் பிறந்திருக்கின்றார்கள். ஆகலால், தீய ஒழுக்கங்களே மிகவும் வழங்குகின்றன வென்று அறியவேண்டும்.

சீவகாருணியம் கடவுள் அருளைப் பெறுவதற்கு முக்கிய சாதனமாவதுமன்றி அந்த அருளின் ஏகதேசவிளக்கம் என்றும், சீவகாருணியம் ஆன்மாக்களின் இயற்கைவிளக்கம் ஆகலால் அந்த இயற்கை விளக்கம் இல்லாத சீவர்களுக்குக் கடவுள்விளக்கம் அகத்திலும் புறத்திலும் வெளிப்படவே மாட்டாதென்றும் அறியவேண்டும்.

சீவகாருணியத்திற்கு லட்சியம் எது என்று அறியவேண்டில்:- ஆன்மாக்கள் எல்லாம் இயற்கை உண்மை ஏகதேசங்களாயும் இயற்கை விளக்கமாகிய அருள் அறிவுக்கறிவாய் விளங்குதற்கு ஒற்றுமை உரிமை இடங்களாயும் இருக்கின்றன என்றும் அந்த ஆன்மாக்கள் சீவர்களாகி அதிகரிப்பதற்குப் பூதகாரியதேகங்களே உரிமையாகி இருக்கின்றன என்றும், அந்தத் தேகங்களில் ஆன்மாக்கள் சீவர்களாகி அதிகரியாவிடில் ஆன்மவிளக்கம் மறைபடும் என்றும், அது மறைவில் அருள் விளக்கம் வெளிப்படாதென்றும், வெளிப்படாதபோது மூடம் உண்டாகும் என்றும், அதுவே ஆன்மாக்களுக்குப் பந்தமாகும் என்றும் அது பற்றி அவசியம் பூதகாரியதேகம் வேண்டுமென்றும், பூதகாரிய தேகங்களுக்கு மாயை முதற்காரண மாதலால், அந்த மாயையின் விகற்ப ஜாலங்களாகிய பசி, கொலை, தாகம், பிணி, ஆபத்து, பயம், இன்மை, இச்சை என்பவைகளால் அந்தத் தேகங்களுக்கு அடிக்கடி அபாயங்கள் நேரிடும் என்றும், அப்படி அபாயங்கள் நேரிடாமல் கரணேந்திரிய சகாயங்களைப் பெற்ற தம் அறிவைக்கொண்டு சர்வ ஜாக்கிரதையோடு முயற்சி

செய்து தடுத்துக் கொள்வதற்குத் தக்க சுதந்தரம் சீவர்களுக்கு அருளால் கொடுக்கப்பட்டதென்றும், அந்தச் சுதந்தரத்தைக் கொண்டு சீவர்கள் எல்லாம் தேகங்களிலிருந்து அபாயங்களை நீக்கி ஆன்மலாபத்தைப் பெறுவதற்கு முயற்சி செய்யக் கடவார்கள் என்றும், மேற்குறித்த பசி கொலை தாகம் பிணி ஆபத்து பயம் இன்மை இச்சை என்பவைகளால் வரும் அபாயங்களை நிவர்த்தி செய்துகொள்ளத் தக்க சுதந்தரமில்லாமல் வருந்துகின்ற சீவர்கள் விஷயத்தில் அவை நிவர்த்தி செய்யத்தக்க சுதந்தரமுள்ள சீவர்கள் காருண்யத்தால் நிவர்த்தி செய்விக்க வேண்டும் என்றும், அப்படி நிவர்த்தி செய்விப்பதில் பசியினாலும் கொலையினாலும் வருந் துன்பங்களை நிவர்த்தி செய்விப்பது தலைமையான காருண்யம் என்றும், அது தவிர மற்றவைகளால் வருந் துன்பங்களை மாற்றுவது அபர சீவகாருணியம் என்றும், அது இவ்வுலக இன்பத்தை மாத்திரம் சிறிது உண்டு பண்ணுமென்றும், பசியினால் வருந் துன்பத்தையும் கொலையினால் வருந் துன்பத்தையும் நிவர்த்தி செய்விப்பது பரசீவகாருணியம் என்றும், அது இவ்வுலகஇன்பம் எல்லாவற்றையும் அளவிறந்த சித்தி இன்பங்களையும் எக்காலத்தும் அழியாத முத்தியின்பத்தையும் அருளால் அடைவிக்கும் என்றும், அன்னிய சீவர்களுக்கு நேரிடுகிற மேற்குறித்த அபாயங்களை நிவர்த்தி செய்விப்பதற்குத் தக்க சுதந்தரமும் அறிவும் இருந்தும் அவ்வாறு செய்யாமல் வஞ்சித்தவர்களுக்கு இவ்வுலக இன்பம் அவ்வுலக இன்பத்தோடு மோட்ச இன்பத்தை அனுபவிக்கச் சுதந்தரத்தை அடையப்படுவதில்லை என்றும், தற்காலத்தில் அனுபவிக்கின்ற புவன போக சுதந்தரங்களையும் இழந்துவிடுவார்கள் என்றும் கடவுளருளால் விதிக்கப்பட்டிருக்கின்றபடியால் அபாயங்களை நிவர்த்தி செய்து கொள்ளத் தக்க அறிவும் சுதந்தரமும் இல்லாத சீவர்கள் விஷயத்தில் அவைகளை நிவர்த்தி செய்விக்கத் தக்க அறிவும் சுதந்தரமும் உள்ளவர்கள் வஞ்சியாமல் நிவர்த்தி செய்விப்பதே சீவகாருணியத்திற்கு லக்ஷியம் என்று அறியவேண்டும்.

பசி, கொலை, தாகம், பிணி, ஆபத்து, பயம், இன்மை, இச்சை என்பவைகளால் வரும் அபாயத்தை நிவர்த்தி செய்விப்பது சீவகாருணியத்திற்கு லக்ஷியமாக இருக்கவும். இவ்விடத்துப் பசியினாலும் கொலையினாலும் வரும் அபாயங்களை மாத்திரம் நிவர்த்தி செய்விப்பது தலைப்படு காருணியம் என்று குறித்தது ஏன் என்று அறியவேண்டில்:-

சீவகாருணிய ஒழுக்கத்தில் பரசீவகாருணிய மென்றும் அபரசீவகாருணியம் என்றும் இருவகையாம். அவற்றில் பசிநீக்கலும் கொலைநீக்கலும் பரசீவகாருணியம். மற்றவை அபரசீவகாருணியம். ஆகலில், பரசீவகாருணியம் விசேஷமாகக் குறிக்கப்பட்டதென்று அறியவேண்டும். அன்றியும், பசியினால் வருந்துகின்ற சீவர்களுக்குப் பசியை நிவர்த்தி செய்விக்கின்ற தயவுடையவர்கள் தாகம் நீங்குவதற்குத் தண்ர் கொடாமலிரார்கள். தண்ர் கொடுப்பது பிரயாசமுமல்ல. தண்ர் ஏரி, குளம்,

கால்வாய் முதலிய இடங்களிலும் இருக்கின்றது.............

ச. மு. கந்தசாமி பிள்ளையவர்களின் திருவருட்பாப் பதிப்பில் (1924) இதுவ-
ரையுமே உள்ளது. இதற்கு மேல்

இல்லை. சென்னை சன்மார்க்க சங்கத்தின் திருவருட்பாப் பதிப்பில் இது வரை-
யுமே உள்ளது.

திருச்சிற்றம்பலம்

ஜீவகாருண்ய ஒழுக்கம் மூன்றாவது பிரிவு முற்றிற்று

சுத்த சன்மார்க்கத்தின் முதற் சாதனமாகிய ஜீவகாருண்ய

ஒழுக்கம் முற்றிற்று